மரணித்த கணவனின் டைரி

வெ.சுப்ரமணிய பாரதி

டிஸ்கவரி புக் பேலஸ்

கே.கே.நகர் மேற்கு, சென்னை - 600 078.
(பாண்டிச்சேரி கெஸ்ட் ஹவுஸ் அருகில்)
பேச : 044 48557525, +91 87545 07070

மரணித்த கணவனின் டைரி (சிறுகதைகள்)
ஆசிரியர்: **வெ.சுப்ரமணிய பாரதி**©

Maranitha Kanavanin Diary (Short Stories)
Author: **Ve.Subramania Bharathi**©

First Edition: Jan- 2019

Pages: 96   -   ISBN: 978-93-86555-63-2

Published by :

Discovery Book Palace (P) Ltd,
6, Mahaveer Complex, Munusamy Salai,
K.K.Nagar West, Chennai-600 078.
Mobile: +91 87545 07070

E-mail: **discoverybookpalace@gmail.com,**
Website: **www.discoverybookpalace.com**

Rs. 100

சமர்ப்பணம்

கவிஞர் சுதீர் செந்திலுக்கு

நன்றி

உயிர் எழுத்து ○
ஆனந்த விகடன் ○
அவள் விகடன் ○
கணையாழி ○
தாமரை ○
கல்கி ○
தினமணிக்கதிர் ○
பாக்யா ○

○ இயக்குநர் பாலுமகேந்திரா
○ கவிஞர் நந்தலாலா
○ 'டிஸ்கவரி' மு.வேடியப்பன்
○ டாக்டர் கே.ஏ.சின்னராஜு
○ எழுத்தாளர் என்.நாகராஜன்
○ எழுத்தாளர் தனுஷ்கோடி ராமசாமி
○ எழுத்தாளர் இராகுலதாசன்
○ 'மிராகிள்' சுதாகர்

சுயசிற்பங்கள்

எழுத்து இம்சிக்கிறது. ரணங்களைக் கீறிப்பார்த்து சுகப்படுவதாக நடிக்கிறது. வாழ்க்கை எழுதுபவனை சலித்தெடுத்து எடைமேடைக்குத் தனித்தனுப்பும்போது எழுத்து கண்ணயர்ந்து பொய்த்தூக்கம் போடுகிறது. படைப்பின் நிகழ்வுவலி பிரித்தறிய இயலாத சமூகவலியோடு பின்னிப்பிணைந்து கிடக்கிறது. 'வலி தவிர்க்கமுடியாதது., அதை உணர்வது உன் இஷ்டம்' என்கிறது அறிவு. உணர்ந்தால்தானே அது வலி என்கிறது உணர்வு. இப்படி உணர்ந்ததெல்லாம் இங்கு சிறுகதைகளாகி நிற்கின்றன.

ஒருவகையில் ஒவ்வொரு சிறுகதையும் ஒரு பெருங்கதைதான். 'சிறுகதை' என்ற வடிவக் கவர்ச்சியில் ஈர்க்கப்பட்டு அவை சிறுகதைகளாய் மலர்ந்திருக்கின்றன. யதார்த்தத்தில் சிறுகதை மிகவும் சிக்கலான வடிவம்தான். கையாளுவதற்குக் கடினமானது. அதேசமயம் இந்த சவால்தான் வசீகரமும்கூட.

1985ஆம் ஆண்டு கோவில்பட்டிக்கு குடிபெயர்ந்தேன். எழுதியே ஆக வேண்டுமாய் நிர்பந்தித்த ஊர். கதைகள் பெருக்கெடுத்து ஓடும் வீதிகள். கி.ரா, கௌரிஷங்கர், உதயஷங்கர், சோ.தர்மன், தனுஷ்கோடி ராமசாமி, திடவை பொன்னுசாமி, மேலாண்மை பொன்னுசாமி, கோணங்கி, தேவதச்சன் என இலக்கிய அருவிகளில் அவ்வப்போது குளித்தெழும் அற்புத கணங்கள். புத்தங்களின் பெருமழையில் மூச்சுத்திணறி அதனின்று மீண்டுயெழ எழுதத் தொடங்கிய ஆண்டு 1988.

என்னுடைய சிறுகதைகள், கவிதைகள், கட்டுரைகள், இலக்கிய கடிதங்கள் என ஒரு தொகைநூல் வெளியிடலாமென கவிஞர். மீரா விரும்பினார். கி.ரா, அதற்கு ஒரு வித்தியாசமான அணிந்துரையை கடிதவடிவில் தந்தார். இப்படி 1989இல் 'என்னுள் யார் யாரோ' வெளிவந்தது. அன்போடு அகரம் தந்த ஆரம்பத்திற்கு நன்றி.

ஆண், பெண் உறவுச்சிக்கல் மற்றும் மீட்டெடுத்தல் தொடர்பான கதைகள் விவாதக் களத்தில் பரபரப்பாயிருந்த 90களின் தொடக்கத்தில் 'நண்பனும் மனைவியும்' சிறுகதையை வெளியிட்டு மகிழ்வித்தது ஆனந்தவிகடன். தொடர்ந்து விகடன் அளித்துவந்த ஆதரவும், அங்கீகாரமும் நன்றிக்குரியன. அடுத்த பத்தாண்டுகள் கதாவிலாசம் கமழ்ந்த நாட்களால் நிரம்பிவழிந்தன. அவள் விகடன் ஆரம்பிக்கும் நேரம் 'கண்ணீர் தெப்பம்' கதையை அவள் விகடன் வெளியிட்டது. அதைப்பார்த்து பாலுமகேந்திரா, தனது 'கதைநேரம்' நாடகத்தொடரில் இணைத்த கணங்கள் அருமையானவை. இன்னும் என் கதாநாயகியை அப்படியே சின்னத்திரையில் கொண்டுவந்த மௌனிகா என் நினைவில்.

கண்ணில், கருத்தில்பட்ட மின்னல்களெல்லாம் கதைகளாகி முறுவலித்தன. 'உயிர்வாதை' என்பது இந்தப் படைப்பனுபவம்தான். களிமண் பிசைந்து சிலை வடிக்கும் சிற்பியின் கைகளின் வலிகள் வேறு யாரே அறிவர்? வால்ட் விட்மன் 'Leaves of the grass' பற்றி சொன்னதுபோல, 'This is no book., who touches this touches a man' என்று இந்தத் தொகுப்பைப் பற்றியும் நான் சொல்லலாம்... நீங்கள் என்ன சொல்லப்போகிறீர்கள்?

10, டிசம்பர் 2018
94422 87363
vsbcivil@gmail.com

டாக்டர் **வெ.சுப்ரமணிய பாரதி,**
இயக்குநர்,
லார்ட்ஸ் பொறியியல் மற்றும்
தொழில்நுட்பக்கல்லூரி,
ஹைதராபாத் - 500 091.

கதவு எண்கள்

1.	இலுப்பை மரம் தேடும் தேன்சிட்டுக்கள்	9
2.	வர்ணம் இழந்தாலும் வானவில்	18
3.	அலுவலகத்தில் தொங்கும் பிணம்	24
4.	தண்ணீரின் முகம்	29
5.	குழந்தை கேட்ட கேள்வி	34
6.	மௌன நாடகங்கள்	40
7.	அந்த ஞாயிறு மதியம்	46
8.	கண்ணீர்த் தெப்பம்	52
9.	மயங்கும் மனங்கள்	59
10.	மரணித்த கணவனின் டைரி	66
11.	நண்பனும் மனைவியும்	72
12.	கலர் பென்சிலும் ஸ்கெட்ச் பென்சிலும்	77
13.	கோழிக்குஞ்சு	81
14.	கணவனுக்கு வந்த காதல் கடிதம்	87
15.	மரணத்திற்கு சற்று முந்தைய கணம்	94

1

இலுப்பை மரம் தேடும் தேன்சிட்டுக்கள்

வீட்டின் பின்புறமுள்ள உயரம் குறைவான மரமொன்றிலிருந்து ஒரு பறவை நீளமாக கீறீச்சிட்டது. அவ்வப்போது இந்தப் பறவை இனிமையை ஒலிபரப்பும். வினோதமான இனிமை. பெயர் தெரியாத சில செடிகளை எங்கிருந்தோ கொண்டு வந்து நட்டுவைத்தாள் லாவண்யா. ஏனென்று கேட்டால் “சில மரங்களுக்குத்தான் சில பறவைகளை வரவழைக்கத் தெரியும்” என்று கிசுகிசுப்பாள். கொடுக்காப்புள்ளி மரமிருந்தால்தான் கருங்குருவி வரும். தேன்பழத்தை நாடி மைனா வரும். இலுப்பை மரத்திற்கு தேன்சிட்டு. ‘இதை ஏன் இப்படி ரகசியமாகச் சொல்கிறாள்’ என்று நான் யோசிப்பதற்குள் அடுத்த நிகழ்வொன்று நடந்துவிடும்.

வினோதங்களோடு சேர்ந்து அவளை நினைக்கும் வேளைகளிலெல்லாம் நான் புன்னகைக்கிறேன். ‘இன்னும் கொஞ்சம் தூங்கலாம்’ என வழக்கம்போல நினைத்து லாவண்யா பக்கம் வலது கையைப் போட்டபோது ‘அவள் இல்லை’ எனத் தெரிந்தது. பக்கத்திலிருந்த செல்ஃபோனில் நேரம் பார்த்தபோது 4.10 எனக் காட்டியது. இந்த வேளையில், அவளாவது, எழுவதாவது? படுக்கை மேலிருந்த விளக்கைப் போட்டபோது அவள் படுக்கைக்கே வரவில்லை எனத் தெரிந்தது.

இண்டர்நெட்...! இரவு வெகுநேரம் ‘ஆன்லைனில்’ உலவிவிட்டு ஹாலிலேயே படுத்துவிடுவது லாவண்யாவுக்கு இப்போதெல்லாம் வாடிக்கையாகிவிட்ட்து. எனக்குத் தேவையெனும்போது எப்படியோ, எங்கிருந்தோ வந்து நிற்பாள் மாயமோகினி.

“லாவண்யா” என இரண்டு மூன்றுமுறை நீட்டி அழைத்தும் ஹாலிலிருந்து எதிர்வினை இல்லை. சோம்பலில் சிறுபொழுது கண்

அசந்துவிட்டு முழுமையாக விழித்துக் கொண்டேன். கதவைத் திறந்து ஹாலுக்கு வந்தேன். ஒரு கரப்பான்பூச்சி வேகவேகமாக குறுக்கே ஓடியது. சோஃபாவில் அவள் படுத்த அடையாளமே இல்லை. பாத்ரூம் கதவு திறந்திருந்தது. தோட்டக்கதவு தாழிட்டிருந்தது.

ஏதோ அசாதாரணமாக நடந்திருப்பது போலிருந்தது எனக்கு. ஹாலிலிருந்த மீன்தொட்டியில் தங்க மீன்களுக்கு இடையே ஒரு 'சண்டைக்கார மீன்' பறந்து பறந்து நீந்தி வந்தது. அழகிய கண்ணாடி டீபாயில் 'அன்னா கரினினா' கவிழ்ந்திருந்தது. ஏதோ யோசனையில் அந்தப் புத்தகத்தை எடுத்து மடித்திருந்த பக்கத்தைப் பார்த்தேன். 'அன்னா குழப்பத்திலிருந்தாள்' என்ற வரி கண்ணில் பட்டது.

தோட்டக் கதவைத் திறந்து பின்புறமிருந்த பசுமைவெளியை வெறித்துப் பார்த்தேன். மீண்டும் அதே பறவையின் நீண்ட கீறீச்சிட்ட குரல். லயம் தவறிய ஓசை எனது கரங்கள் நடுங்கின. என்ன... என்ன இது? எங்கிருந்தாவது ஓடி வந்து "பே" என்று கத்துவாளா லாவண்யா?

'லாவண்யா வா... வந்துவிடு...' என மனம் அரற்றியது. செடிகளும் மரங்களும் பூக்களும் இலைகளும் இரவின் நிர்மூலத்தில் மூழ்கி காற்றின் தழுவலுக்கு சுகமாக அசைந்துகொண்டிருந்தன. கதவை தாழிட்டுவிட்டு, முன் கதவைத் திறந்தேன். அது சும்மா மூடியிருந்தது. குதி உயர்ந்த வெளிர்சிகப்பு வண்ண செருப்புகளைக் காணவில்லை. அனிச்சைச் செயலாய் அவளது செல்ஃபோன் எண்ணை அழைத்தேன். "அணைத்து வைக்கப்பட்டுள்ளது. சிறிது நேரம் கழித்து..."

ஓ... முடிந்ததா? தலை கிறுகிறுக்க வாசற்படியில் அப்படியே அமர்ந்துவிட்டேன். அந்த வேளையில் ஓர் கால் டாக்ஸி தெரு முனையில் விரைந்து வந்தது. அர்த்தமில்லாமல் எழுந்து பார்த்தேன். எதிர் வரிசையில் ஜீன்ஸ், டாப்ஸ் அணிந்து தன் கைப்பையைச் சுழற்றியவாறு ஒல்லியான ஒரு பெண் நின்றுக்கொண்டிருந்தாள். 'யூ' வளைவெடுத்து அந்த வண்டி அந்தப் பெண்ணை ஏற்றிக்கொண்டு திரும்பிப் போனது. வீட்டிற்குள் திரும்பிப் போனேன்..

அவளது அலமாரியைத் திறந்தேன். அவளது ஆடைகள் முறையாக, அழகாக ஓர் ஒழுங்கோடு அடுக்கி வைக்கப்பட்டிருந்தன. அவற்றை நடுங்கும் விரல்களோடு தடவிக் கொடுத்தேன். அவளது வாசனை அங்கு வசித்திருந்தது. ஏக்கத்தின் வெப்பத்தை ஏந்திய விழிநீர் என் கண்களில் தெப்பம் கட்டி நின்றன. அடுத்த செல்ஃபில் புத்தகங்கள்... புத்தகங்கள்... பிற நாட்டுக் கதைப் புத்தகங்கள், தமிழில் பாவலோ கொய்லா, ஹென்றி ஷாரியர், மாப்பஸான்... இப்படிப் பல. கூடவே அபிதா, மரப்பசு, பெண்மனம்... என சில தமிழ் நாவல்களும்! நகைகளெல்லாம் அப்படியே இருந்தன. புதிதாக வாங்கிய அலங்காரக்

கற்கள் பதிக்கப்பட்ட 'பிங்க்' வண்ணக் கைப்பை ஒன்றைத் தவிர, மற்ற கைப்பைகள் ஒழுங்கின்றி கிடந்தன. லிப்ஸ்டிக், நாப்கின், பட்ஸ், பெர்ஃப்யூம், பவுடர் டப்பா, தங்கக் கைக்கடிகாரம், செக்ஸ் மானுவல் (சின்ன சைஸ் புத்தகம்) என்னுடைய பாஸ்போர்ட் சைஸ் போட்டோ ஒன்று, அவளுடைய பாஸ்போர்ட் சைஸ் போட்டோ இரண்டு...

'ம்... ஆக அவளை மட்டும்தான் அவள் எடுத்துப் போயிருக்கிறாள்'. அவளது போட்டோவை எடுத்துப் பார்த்தேன். வடிவான முகம் ! பெரிய விழிகள். அடர்ந்த புருவங்கள், மெல்லிய ரோமங்கள் சூழ்ந்த மேலுதடு, பயந்து மேடிட்ட கன்னங்கள் அவளைப் பார்த்து பல வருடங்கள் ஆனதுபோல் திடீரென உணர்ந்தேன்.

மீண்டும் வந்து படுக்கையில் விழுந்தேன். விழிகள் சோர்வாக மூடிக்கொண்டன அவளோடு பகிர்ந்து கொண்ட காமம் மிளிர்ந்த நிமிடங்கள் எண்ணங்களில் நிறைந்தன. நேற்றைக்கு முந்தைய தினத்தின் பின்னிரவு. அப்போதும் ஏதேதோ பேசிக்கொண்டிருந்தாள். கிசுகிசுத்த குரலில். அவ்வளவு பெரிய வீட்டிலிருப்பது நாங்கள் இருவர் மட்டுந்தான். இருந்தும் அவ்வப்போது ரகசியம் பேசும் அவளது குரல் கிளர்ச்சியூட்டும். எல்லாவற்றிற்கும் பெரிய அளவு முக்கியத்துவம் கொடுக்கும் அவளது பேச்சுகள் ஆரம்பத்தில் சுவாரசியமாகவே இருந்தன. "எவ்ளோ அழகான பூ..." "அய்யோ அந்தப் பாப்பா இருக்கே..." "செம்ம புக்குங்க..." "படமா அது... கொன்னுட்டான்..." "சட்னின்னா அது சட்னி..." இதர பல தினந்தோறும்.

அர்த்தமில்லாத (என்று நான் நினைத்த) அந்தப் பேச்சுகளில் எனது ஆர்வத்தை இழந்த நாட்களில்தான் ஏதோ தவறு நேர்ந்திருக்க வேண்டும். எந்த அறிகுறியோ, சமிக்ஞையோ என் புத்திக்குபடவில்லை... முட்டாள்! அவள் தலையணையை எடுத்து அணைத்துக் கொண்டேன், 'ஓடிவிடக்கூடாது' என்பதுபோல, இறுக்கமாக.

அப்போது அம்மா உயிரோடிருந்தாள். ஆனால் உடல்நலம் சரியில்லை. ரத்த அழுத்தம், இனிப்பு நீர் என அவதிப்பட்டுக் கொண்டிருந்தாள். எனது பள்ளி இறுதி நாட்களிலேயே அப்பா போய்ச் சேர்ந்துவிட்டார். மதுக் கலசங்களோடு கலந்த போதை ததும்பிய மரணம். உறவினர் யாவரும் மூன்று நாட்களில் பறந்துவிட்டனர். அப்பா யாரோடும் ஒட்டவில்லை என்பது ஒரு காரணம். அதோடு அவரவர் வேலைகள் அவரவருக்கு. சொந்தவீடு, சொற்பமாக லாபம் ஈட்டும் ஒரு தொழிற்சாலை. என்னையும் இந்த வாழ்க்கையையும் செதுக்கியவள் என் அம்மா மட்டுமே.

"டேய்... உனக்கு ஒரு 'பொண்ணு' பாத்து கட்டி வெச்சிட்டா நா நிம்மதியா போயிருவேன்டா" இதுதான் அம்மாவின் தினசரி புலம்பலாக இருந்தது. அப்போது 'தொழில்... தொழில்' என ஓடிக்கொண்டிருந்த

காலம். “ம்... போகலாம், போகலாம்.. இரு, என்ன அவசரம்!” என சிரித்து மழுப்பிவிடுவேன். உண்மையில் அதற்கெல்லாம் எனக்கு நேரமில்லை. புதுச்சேரியில் குறிப்பிடத்தக்க தொழிற்சாலையாக எங்கள் நிறுவனம் உயர்ந்து வந்த நேரம். எக்கச்சக்கமான பொருளாதாரச் சிக்கல்கள். அரசு வலியுறுத்தும் புதிய வரி, திருத்தப்பட்ட வழிமுறைகள், தொழிலாளர் போனஸ் இப்படிப் பல.

அந்தக் கடினமான காலகட்டத்தில்தான் லாவண்யாவைக்கூட்டி வந்தாள் அம்மா. எளிமை, வறுமை இவற்றில் அலங்கரிக்கப்பட்ட அழகோடு என்னைப் பார்த்து கும்பிட்டாள் லாவண்யா. நெறிந்த புருவங்களோடு அவளைப் பார்த்தேன்.

“கோபால் சித்தப்பாவோட ‘பெரிய காரியத்து’க்குப் போனேன்ல, அங்கதான் இவளப் பாத்தேன். அப்பாம்மா இல்ல... சித்தப்பாதான் ‘பாவம்’னு வளர்த்து வந்திருக்கார்... நம்ம அவங்க வீட்டுக்குப் போய் எவ்வளவு நாளாச்சி! இப்ப அவங்களே ரொம்ப கஷ்டத்துல இருக்காங்க... சரின்னு நா, கூட்டி வந்துட்டேன்.”

“கூட்டி வந்து?”

“நம்ம கூட இருக்கட்டும்...”

“அம்மா...”

“நீ பேசாம இரு, நீ ஃபேக்டரி, வெளியூர்னு சுத்திக்கிட்டே இருக்க. எனக்கு பேச்சுத்துணைக்கு ஒரு ஆளு வேணாமா...?”

பயந்த விழிகளோடு என்னைப் பார்த்த லாவண்யா, தலைகுனிந்து வீட்டிற்குள் போனாள். இரண்டு பழைய பைகளில் அவளது ஆடைகள், கொஞ்சம் புத்தகங்கள். இரண்டு நாட்கள் அமைதியாக கழிந்தன. அப்புறந்தான் அவள் பேச ஆரம்பித்தாள். பேசிக்கொண்டே இருந்தாள், அம்மாவுக்கு பேச்சுத் துணைக்குத்தானே ஆள் வேண்டும்! ‘வேலை வேலை’ என பரபரவென்றிருந்தாள் லாவண்யா. அடிக்கடி ‘லீவு’ போட்டுக் கொண்டிருந்த வேலைக்காரியையும் நிறுத்திவிட்டாள்.

“அவ சரியில்லம்மா... அவளும் தோட்டக்காரனும் கொஞ்சம்கூட சரியில்ல...”

அம்மா புன்னகைத்தாள். லாவண்யா சொன்னது போல தோட்டக்காரன் இரண்டு நாட்களில் தானாகவே நின்றுவிட்டான். தோட்ட வேலையிலும் லாவண்யாவுக்கு மிகுந்த ஈடுபாடு. அவளுக்கு வாழ்க்கையில் பிடிப்பு ஏற்படுவதே வேலையிலும் புத்தகங்களிலும் என்று தோன்றியது. அம்மா பல தடவை மடித்த ‘மகாபாரதத்தை’ ஏற்ற இறக்கங்களோடு லாவண்யா சொல்லக்கேட்டு சொர்க்கம் போய்ச் சேர்ந்தாள். நாலைந்து ஆண்டுகளாக உடல் நலம் குன்றியே இருந்ததாலோ என்னவோ, அவளது இறுதி நாட்களை நான் ‘அப்படி’ உணரவே இல்லை.

இரண்டு மூன்றுமுறை, "டேய்... லாவண்யா..எப்படிடா?" என அம்மா தனியாகக் கேட்டிருக்கிறாள். "குட்! குட் கேர்ல்" என்று நானும் சொல்லியிருக்கிறேன்.

"அப்படின்னா?"

"அப்படித்தான்..."

சில நாட்களில் அம்மாவும் இறந்துவிட்டாள். பிறகு வீடு என்றால் அது லாவண்யா என்றாகிப்போனது. மூன்று மாதங்கள்! நானும் லாவண்யாவும்! 'மனதைப் பறிகொடுத்தேன்' என்றெல்லாம் சொல்வதற்கில்லை. வீடு எனக்குப் பிடித்தமானதாக மாறிவிட்டது. எனக்கு தேவையானவற்றில் ஒரு சிறு குறைகூட இல்லை.

எனது உடை அமைப்பு தலைகீழாக மாறிவிட்டது. காலையில் டென்னிஸ், பகலில் தொழிற்சாலை, மாலையில் க்ளப் என மூன்று ஆடைகள் படுக்கை அறை மேஜையில் இருக்கும். அவற்றைத்தான் நான் உடுத்த வேண்டும்.

"இது ரொம்ப 'ப்ரைட்டா' இருக்கே?.." என்று கேட்டால்,

"நல்லாருக்கும்" என்று முடித்துவிடுவாள்.

உணவிலும் உப்பு, காரம் கூடியது. நான் விழித்தேன். "வாழ்க்கைதான் இப்படி இருக்குன்னா, சாப்பாடும் சப்புன்னா இருக்கிறது?" இவள் என்ன சொல்ல வருகிறாள்? நான் வீட்டில் மது அருந்துவதில்லை. ஒரு நாள் என்னை வாசலிலேயே மடக்கி விட்டாள்.

"அடிக்கிறதுனு ஆகிப்போச்சி... ஏன் அங்கேயும் இங்கேயும்? வீட்லேயே செய்யுங்க... நான் மட்டன், ஆம்லெட் செஞ்சி தரேன், சாப்பிட்டு கப்சிப்னு தூங்கலாம்ல"

நான் செருமிக் கொண்டேன். "நான் ஃப்ரெண்ட்ஸ் கூடத்தான்... தனியா ட்ரிங்க் பண்றதில்ல..."

என்று முடிப்பதற்குள்,

"சரி.. எனக்கும் ரெண்டு ரவுண்டு போடுங்க... அவ்வளவுதானே?!"

நான் கிறுகிறுத்துப் போனேன்.

"சரி சரி பாக்குறேன்..."

"பாக்குறதெல்லாம் வேணாம்... சொன்னா கேளுங்க" என்றபடியே போய்விட்டாள்.

தினமும் நான் மது அருந்துவதைப் பார்த்துவிட்டு ஒரு நாள், நான் ஆரம்பிக்கும் முன்,

“இன்னைக்கு எங்காவது வெளிய போவோமா? அம்மா செவ்வாய், வெள்ளி, மணக்குள விநாயகர் கோயில், ஆசிரமம்னு கூட்டிட்டுப் போவாங்க” என்று கெஞ்சலாகக் கேட்டாள். பாவமாக இருந்தது. கடற்கரைக்கு அழைத்துப் போனேன். கடற்கரையை பார்த்துப் பார்த்து மகிழ்ந்து கொண்டிருந்தாள். ‘புசுபுசு’ வென்றிருந்த ஒரு குழந்தையின் கன்னத்தைக் கிள்ளி கத்தவிட்டாள். கடற்கரை மணலை காலால் எற்றினாள். சமையல் செய்யாத தின்பண்டங்கள் தின்றாள். எனக்கும் கொடுத்தாள், “ஆரோக்கியம்” என விழிகள் விரித்தாள். இப்படி சில நாட்களில் மாலையில் ‘மது மயக்கம்’ இல்லாமல் போனது. அதற்காகவே அவள் வெளியே வருகிறாள் என்பதை நான் புரிந்துகொண்டேன்.

“ஜென்ஸினா யாரு?” என ஒரு நாள் கேட்டாள்.

“ஏன்?” சிறிது பயத்தோடு கேட்டேன்.

“போன் பண்ணாங்க, நீங்க பாத்ரூம்ல இருந்தீங்க...அப்புறம் பேச சொல்றேன்னு சொன்னேன்” என்றாள் இயல்பாக.

“மொபைல் போன்லாம் நீ ஏன் அட்டெண்ட் பண்ற?” என்றேன் வெகுண்டு.

“ஏதாவது எமர்ஜென்ஸியா இருக்கலாம்னு நெனச்சேன்...” மென்று விழுங்கினாள்.

“ஜென்ஸிக்கு என்ன எமர்ஜென்ஸி”

“எனக்கென்ன தெரியும்?”

“இட்ஸ் ஓகே”

“யாருன்னு கேட்டேன்...”

“ம்... என் பர்ஸனல் செக்ரட்ரி”

“ரொம்ப பர்ஸனலோ...”

“என்ன பேச்செல்லாம் ஒருமாதிரி வருது”

“அவ பேச்சும் ஒருமாதிரி தான் இருந்துச்சி”

“எ... என்ன மாதிரி?”

“செக்ரட்ரின்னா குட் மார்னிங் சார் இல்லைன்னா குட் மார்னிங் பாஸ், அப்படித்தானே பேச ஆரம்பிக்கனும்... ‘என்ன டார்லிங் நைட் எப்படி இருந்துச்சின்னு?’ பேச்சை ஆரம்பிக்கிறா...” லாவண்யாவின் குரலில் அவளையும் அறியாமல் சீற்றம் எட்டிப் பார்த்தது. அம்மாவின் ‘தொனி’ அது. மிரண்டு போய்விட்டேன்.. என்ன சொல்வதென்று தெரியாமல்,

“சரி... சரி... கண்டிச்சி வெக்கிறேன்...” என்று நகர்ந்தேன்.

பின்னாலிருந்து, “யாரை...?” என்று கேட்டாள்.

“உனக்கென்ன என் மனைவின்னு நெனப்பா?” என புயல் வேகத்தில் திரும்பினேன்.

“அம்மான்னு நெனப்பான்னு கேப்பீங்கன்னு நெனச்சேன்” என்று முணுமுணுத்தபடியே சமையலறைக்குள் போன லாவண்யாவை வெறித்துப் பார்த்து நெடுநேரம் அங்கேயே நின்றுவிட்டேன்.

அன்று இரவும் நான் வீடு திரும்பவில்லை. காலையில் கதவைத் திறந்தவள் என்னை உள்ளே விடவில்லை. கண்கள் சிவந்து வீங்கிப் போயிருந்தன. “நான் எங்கேயாவது மகளிர் காப்பகம் போய்ட்றேன்” என்று மீண்டும் விசும்பத் தொடங்கினாள். அவளை தள்ளிக்கொண்டு உள்ளே வந்து குளியலறைக்குள் புகுந்து கொண்டேன். அவளைத் தீண்டியதற்கும் ஜென்ஸியைத் தீண்டியதற்கும் கரங்கள் வேறுபாடு உணர்ந்தன. காலை உணவு உண்ணும்போது அடமாக முகத்தைத் தூக்கி வைத்துக்கொண்டு அருகே நின்று கொண்டிருந்த லாவண்யாவை இழுத்து அணைத்து முத்தமிட்டேன்.

இதைக் கொஞ்சமும் எதிர்பார்க்காத லாவண்யா திக்கித் திணறி எதிர்வினை ஆற்ற திறனின்றி, “வாயெல்லாம் எரியுது... காரச்சட்னி...” என்று கண்கள் கலங்க சிணுங்கினாள். இத்தனை நாட்களில் இவளை இப்படி நினைத்ததுகூட இல்லை என்பதுதான் உண்மை. வாழ்வின் அலைகள் எந்த நுரையை எங்கு சேர்க்குமென யாரே அறிவார்?

அடுத்த வாரமே எளிமையாகப் பதிவுத் திருமணம். மணக்குள விநாயகர் கோயிலில் சிறப்பு வழிபாடு. மாலையில் கடற்கரையை நோக்கியிருந்த மண்டபத்தில் வரவேற்பு. முதல் இரவு முடிந்த கையோடு இந்தோனேசியாவின் பாலித்தீவில் தேன்நிலவு. திடீரென என் வாழ்க்கை லாவண்யாவோடு சேர்ந்து இப்படி வர்ணங்களை மாற்றிக்கொண்டுவிட்டது.

இந்தோனேஷியா அவளைப் புரிந்துகொள்ள மிகவும் உதவியது. பாலித்தீவில் இருந்த சர்வதேச கலப்புக் கலாச்சாரத்தைப் பார்த்து அவள் பிரமித்தாள். அவ்வப்போது ‘முகம் சுழிக்க வேண்டும்’ என்று தனக்குத்தானே நினைவூட்டிக்கொண்டே அந்தக் கடற்கரையை விழிகளால் விழுங்கினாள். ‘நல்லாவே இல்லை’ என்று சொல்லிக்கொண்டே நிறைய சாப்பிட்டாள். சுவர் முழுக்கக் கண்ணாடி... கண்ணாடி வழி கடற்கரை... “ஹைய்யா...” என முயக்கத்தில் இயற்கையை கலந்தாள். ஸ்டைலாக சிகரெட் புகைத்த ஒரு ஐரோப்பியப் பெண்ணைப் பார்த்து ரசித்தபடியெ, “ரொம்ப இருமல் வருமோ?” என்றுகேட்டாள்.

“ட்ரை பண்றியா?”

“சேச்சே…”

“சரி விடு..”

“ட்ரை பண்ணலாம்ங்கிறீங்களா?” காதோரம் கிசுகிசுத்தாள்.

பாண்டிச்சேரி வந்தபின் ஒரு மாதத்திற்கு ‘பாலி’ பேச்சுத்தான்! ஆயிற்று. ஒரு வருடம் உருண்டோடியது. தொழிற்சாலையில் நான் கூடுதல் கவனம் செலுத்திக் காலூன்றினேன். லாவண்யாவின் தனிமைக் கணங்களை ‘இண்டர்நெட்’ ஆக்கிரமித்தது. திடீரென ஒரு நாள்…

“நமக்கு ஏன் இன்னும் குழந்தை வரவில்லை?” எனக் கேட்டாள்.

“என்ன.. உனக்கு ரொம்ப அவசரமா?” என்று சிரித்தேன்.

“உங்களுக்கு இல்லையா?” எனக் கூர்ந்து பார்த்தாள்.

“வரட்டும் வரட்டும். கல்யாணம் நடந்து ஒரு வருடம் கூட ஆகல. அதிலும் பாதி நாள் ஃபேஸ்புக், வாட்ஸ் அப்னு ஹாலிலேயே தூங்குற…” என்று கேலி செய்தேன். ஒரு நாள் ‘ப்ளூவேல்’ விளையாட்டைப் பற்றிய ஒரு செய்தித் துண்டை தன் புத்தகத்திற்குக் கீழ் வைத்திருந்தாள்.

“ஹேய்… என்ன இது? உனக்கெதுக்கு இதெல்லாம்?” என்று நான் கத்த ஆரம்பிக்க,

“அய்யே… நா என்ன சின்னப்புள்ளையா… சும்மா படிச்சிட்டு இருந்தேன்…” என அசடு வழிந்தாள்.

“ரொம்ப சீரியஸான புத்தகங்களா படிக்கிற நீ… லைட் ரீடிங் பண்ணு. காதல் கதை, துப்பறியும் கதை இப்படி புத்தகங்கள் படி… நான் வேணா வாங்கித்தரவா?” என அக்கறையாய் கேட்டேன்.

“காமெடி பண்ணாதீங்க” என்று சிரித்தபடியே போனாள். கொஞ்சம் கொஞ்சமாய் அவள் பேச்சு குறைந்தது. யோசனை மிகுந்தது.

“என்னம்மா… எப்பவும் ஏதோ ‘திங்க்’ பண்ணிட்டே இருக்க?” என்று கேட்டால்,

“அரசியல்ல குதிக்கலாம்னு பாக்குறேன்…” என்பாள் தீவிரமாக. இப்போ எங்கே குதித்திருக்கிறாளோ தெரியவில்லையே…

படுக்கையில் இருந்து துள்ளி எழுந்தேன். டென்னிஸ் உடை அணிந்து, வீட்டைப் பூட்டி காரை எடுத்துக் கொண்டு மெதுவாக உருட்டிக்கொண்டே பிரதான சாலைக்கு வந்து சேர்ந்தேன். சாலையோரம் புள்ளினம் மெல்லிசை இசைக்க, பொழுது புலரலாமா என்று யோசித்துக்கொண்டிருந்தது. ப்ளாட்பாரத்தில் சிறுவர்கள் செய்தித்தாள்களை அடுக்கி பிரித்து வைத்துக்கொண்டிருந்தனர். டீக்கடையில் கவர்னரின் அதிகாரங்களைப் பற்றி ஒரு பெரியவர்

உறையாற்றிக்கொண்டிருந்தார். கூட இருந்தவர்கள் அதை சற்றும் கவனிக்காமல் தேநீர் பருகிக் கொண்டிருந்தார்க.ள். ஒரு பாட்டியும் பேத்தியும் பூ கட்டிக் கொண்டிருந்தார்கள்.

எங்கிருந்தோ "எண்டமிடே ஜிமிக்கி கம்மல்..." என்று ஒரு கேரளப் பாடல் மிதந்து வந்தது. வெள்ளை உடை அணிந்த மாணவியர் கூட்டம் ஜாகிங் சென்றுகொண்டிருந்தது. காரை மெதுவாக நகர்த்தி கடற்கரை சாலையை அடைந்தேன். காரை நிறுத்திவிட்டு கடற்கரையைப் பார்த்தவாறு சிகரெட் ஒன்றைப் பற்றவைத்தேன். அருகே ஒரு தம்பதியினர் புத்தாடை சரசரக்க கடந்துப் போனார்கள்." பொண்ணு கையை கெட்டியா புடிச்சிக்கப்பா... ம்..." என்று அக்கறையோடு அறிவுரை சொன்னேன். அவன் பயந்து போய், அவளது கையைப் பற்றிக்கொண்டு வேகமாக நடந்தான். அந்தப் பெண் திரும்பி திரும்பிப் பார்த்தாள். அவர்கள் சென்ற திசையை நோக்கி புகையை ஊதினேன். கடலலைகளை நோக்கி நடந்தேன். அலைகள் அமைதியாக வந்து போய்க்கொண்டிருந்தன. 'பாலி'யின் கடலலைகள் நினைவுக்கு வந்தன.

சிகரெட்டை தூக்கிப் போட்டுவிட்டு, காருக்குத் திரும்பினேன். டென்னிஸ் கோர்ட். நான்கு செட் வெறித்தனமாக ஆடினேன். சர்வீஸ் இரண்டுமே 'அவுட்'க்குப் போனது... எல்லா பந்தையும் 'ஸ்மாஷ்' பண்ண முயன்றேன். சக நண்பர்கள் விழித்தார்கள். யாரும் எதுவும் கேட்கவில்லை. சக்தி முழுவதையும் வியர்வையால் வழியவிட்டு, காற்றாட கொஞ்சநேரம் ஒயர் நாற்காலியில் அமர்ந்திருந்தேன். பின் யாரிடமும் சொல்லிக்கொள்ளாமல் காரை கிளப்பிக்கொண்டு வீடு வந்து சேர்ந்தேன்.

புலர்ந்திருந்தது காலைப்பொழுது. பால்காரன் கத்திக்கொண்டே சைக்கிளில் பறந்து கொண்டிருந்தான். இன்னொரு கால்டாக்ஸி பின்னால் விரைந்து வந்தது. காகம் வீட்டு வாசலில் அமர்ந்து கத்திக்கொண்டே இருந்தது. காகம் கத்தினால் 'விருந்தாளி' யாராவது வீட்டிற்கு வருவார்கள் என்று லாவண்யா சொல்வாள். காரைப் பூட்டி விட்டு, கேட்டைத் திறந்தபோது வாசற்படியில் அழுதபடி அமர்ந்திருந்த லாவண்யா அழுதபடி எழுந்து நின்றாள்.

•

2

வர்ணம் இழந்தாலும் வானவில்

சதைப்பகுதியொன்றை வாயில் கவ்வியபடி ஒரு நாய் ஓடிக் கொண்டிருந்தது. இன்னொரு நாய் விரட்டிக் கொண்டிருந்தது. சாலைகள் சிதைந்து கிடந்தன. மின் கம்பங்களும், தந்தி, தொலைபேசி கம்பங்களும் சாலையின் இருபுறமும் குறுக்கே விழுந்துகிடந்தன. சாலையின் இடது ஓரத்தில் ஒரு மரம் கிளைகள் ஒடிந்து வெறுமையாய்க் காட்சி தந்தது. அதில் கருப்பு வண்ணச் சேலை ஒன்று நிறம் வெளுத்துக் கிழிந்து ஒரு கிளையில் சுற்றிக் கிடந்தது. அங்கங்கு பிணங்கள் குவிந்து கிடந்தன. கூர்க்காக்கள் சுற்றிவரும் நாய்களிடம் இருந்து அவற்றைப் பாதுகாக்கப் பிரயத்தனப்பட்டார்கள்.

சுப்பிரமணியன் அதிர்ந்துபோய், இக்காட்சிகளால் பாதிக்கப்படாமல் 'மழை வருமோ?' என வானத்தைப் பார்த்தவாறு கூடவரும் சந்திரனோடு நடந்து போய்க் கொண்டிருந்தான். இவர்களுக்கு முன் போய்க்கொண்டிருந்த ஆஃபீஸருக்கு ஒரு கூர்க்கா 'சலாம்' போட்டான். ஆஃபீஸர் கவனமெல்லாம் அவருக்கு முன்போகும் பெண்ணின் அலைபாயும் குட்டைப் பாவாடையில் இருந்தது.

வலதுபுறம் ஒரு சிறுபாலம் இடிந்து தரைமட்டமாகக் கிடந்தது. இரு மாடுகள் அதன் அடியில் சிக்கிக் கால்கள் பிளந்து கிடந்தன. வரிசையாகக் கட்டப்பட்டிருந்த கூடங்களின் ஆஸ்பெஸ்டாஸ் கூரைகள் பிய்ந்து தொங்கிக் கொண்டிருந்தன. அவைகளெல்லாம் இறக்குமதி ஆகும் கண்டெய்னர்களைப் பாதுகாப்பதற்காகக் கட்டப்பட்ட கூடங்கள். அவற்றின் சுவர்கள் பெரும் விரிசல் அடைந்து காணப்பட்டன.

"நம்ம கண்டெய்னர் பத்திரமா இருக்கும்கற நம்பிக்கை எனக்கில்லை..." என்றான் சந்திரன். சுப்பிரமணியன் பதில் சொல்லவில்லை.

'இந்த கட்டுமானங்களைக் கட்ட ஒரு இஞ்சினியர் எவ்வளவு சிரமப்பட்டிருப்பான்... எவ்வளவு தொழிலாளர்கள் உயிரைக் கொடுத்து உழைத்திருப்பார்கள்... இப்போது இந்தக் கட்டுமானங்களே உயிரைக் கொடுத்திருப்பதைப் பார்த்தால் அவர்களுக்கு எவ்வளவு வேதனை இருக்கும்... இயற்கை சிலமணி நேரங்களில் இவ்வளவையும் சிதைத்துக் காட்டிவிட்டதே... உலகையே அழிக்க அதற்கு சில தினங்கள் போதும் போலிருக்கிறதே'.

கடல் அமைதியாக ஒரு தாளலயத்திற்கேற்ப அசைந்து கொண்டிருந்தது. 'பொங்கியது போதும்' என்பதுபோல. துறைமுக அலுவலகத்தை நெருங்க நெருங்க காணும் காட்சிகள் யாவும் நெஞ்சைப் பிழிந்தன. 'குஜராத்தின் இரும்புக்கோட்டை' எனப் பெயர் பெற்ற துறைமுகக் கட்டடம் புயலின் சீற்றத்தில் ஆடிப்போயிருந்தது. அனைத்து ஜன்னல் கண்ணாடிகளும் உடைந்துபோயிருந்தன.

பாதி வாசல்களில் கதவுகளே இல்லை. மேல்தளத்தின் தடுப்புச் சுவரில் பாதி உடைந்திருந்தது. கட்டடத்தைக் கழுகுகள் சுற்றிவந்தன. எங்கு பார்த்தாலும் ஈக்கள். ஈக்களிடம் இருந்து வந்த முடைநாற்றம் எல்லோரையும் முகம் சுளிக்க வைத்தது.

"வாந்தி வருது..." என்றான் சந்திரன்.

வாட்ச்மேன் இருவரையும் நிறுத்தி வைத்து தலைமுதல் கால்வரை அளந்து பார்த்தார். அவருக்கு ஐம்பது வயதுக்குக் குறைவாக இருக்க வாய்ப்பே இல்லை. ஆனால் சாயம் பூசப்பட்ட தலை முடியிலும், (மீசையிலும்) தொப்பையை இறுக்கும் அகலமான பெல்ட்டிலும் அதற்கான முயற்சிகள் தெரிந்தன. சிறிய கண்கள்.

விநாடி தவறாமல் வாயை அசைபோட்டுக் கொண்டிருந்தார். சட்டையில் வெற்றிலைச் சாறின் தெறிப்புகள் தென்பட்டன. கையில் கட்டியிருந்த மஞ்சள் கடிகாரத்திற்குள் சிகப்பு வட்டமும் நங்கூரமும் தென்பட்டன.

"ம்... என்ன, தமிழா?"

வாட்ச்மேனின் கேள்வியில் மனிதர்களை மதிப்பீடு செய்யும் தன் திறமைமீதான தற்பெருமை தெரிந்தது. அவரைச் சுற்றியும் ஈக்கள். அவற்றை அவர் அலட்சியப்படுத்தினார். சந்திரன் வியப்போடு தலையசைத்து ஒத்துக்கொண்டான்.

"பக்கத்துல ஜாம்நகர்ல மிலிட்டரி கேம்ப் இருக்கு... அங்க தமிழாளுக நெறய இருக்கு. இங்க போர்ட்லயும் தமிழாளுக நெறய வேல செய்யுது.. இங்க தமிழ்ப் படம்லாம் ஓடும்... போனவாரம் 'சவாலே சமாளி' ஓடுச்சு... சூப்பர் படம்ல... 'பட்டிக்காடா பட்டணமா' அதவிட நல்லாருக்கும்... இப்போ ஏதோ ஒரு அறுவைப் படம் ஓடுது..."

சுப்பிரமணியன் அருவெறுப்போடு அவரைப் பார்த்தான். சந்திரன் வந்த விஷயத்தைச் சொன்னான். அவர் ஒதுங்கிப்போய் இறந்துகிடந்த பெரிய எலியின் மேல் சரியாக வெற்றிலை எச்சிலைச் துப்பிவிட்டு வந்தார்.

"டி.ஸி.யை எல்லாம் அவ்வளவு ஈஸியாப் பார்க்க முடியாது... எக்ஸ்போர்ட்டர்ட்ட இருந்து லெட்டர் கொண்டாந்திருக்கீங்களா... ஷிப்பிங் கம்பெனி ரெகமண்டேஷன் இருக்கா... சொல்லுங்க..."

சுப்பிரமணியன், "நாங்கள் செக்ஷன்லேயே பேசிக்கிறோம்..." என ஆரம்பித்த உடன் வாட்ச்மேன் கனகம்பீரமாகச் சிரித்தார்.

"செவுடுகளுக்கு செய்தி வாசிக்கிறவுக மாதிரித்தான் பேசணும்... இங்க யாரும் தெரிஞ்சாலும் இங்கிலீசு பேச மாட்டானுக... ஆபீஸர்ல தமிழாளுக யாரும் கெடயாது...அப்புறம் உங்க இஷ்டம்..." என்ற வாட்ச்மேனை, சந்திரன் தனியாக அழைத்துப்போனான்.

திரும்பி வரும்போது வாட்ச்மேன் மீண்டும் வெற்றிலையை வாயில் குதப்பிக் கொண்டு சுப்பிரமணியனைப் பார்த்து அசட்டுத்தனமாகச் சிரித்தார்.

"அப்படியே வேடிக்கை பார்த்துவிட்டு வாங்க... ஒரு அவர்ல பெர்மிஷன் லெட்டர் ரெடியாயிடும்..."

காம்பவுண்ட் சுவரைத் தாண்டி வந்த சந்திரன், "அப்பாடா! வேலை முடிஞ்சிடும்..." என சந்தோஷப் புன்னகை பூத்தான். பெரிய கடலைப் பார்த்துக்கொண்டு ஒரு நிர்வாணக் குழந்தை வீறிட்டு அழுதுகொண்டிருந்தது. அதன் பக்கத்தில் யாருமில்லை. யாருமே அந்தக் குழந்தைக்கு இல்லையோ, என்னமோ? சுப்பிரமணியன் பக்கத்தில் போனதும் மேலும் வீறிட்டவாறு சாலையை நோக்கி வேகமாக ஓடியது. அந்தக் குழந்தையின் காது கிழிந்து தொங்கிக் கொண்டிருந்ததை கவனித்தான் சந்திரன்.

"எவனோ அடிச்சுட்டான்..."

குளிர்ந்த உப்புக்காற்று இதமாக உடலைத் தழுவியது. 'இந்தக் காற்றா இவ்வளவு பெரிய துறைமுகத்தையே இந்த நிலைக்கு மாற்றி யிருக்கிறது! ஒரு சாக்கடைக்குப் பக்கத்தில் ஒரு நாய் ஏதோ ஒரு எலும்பைக் கவ்வி சுவைத்திருக்க, எந்தப் பிரக்ஞையுமில்லாமல் அருகேயிருந்த ஓர் உடைந்த கல்லில் அமர்ந்திருந்தான் ஒரு மனிதன். கருத்த நிறம், நல்ல உயரம். வைரம் பாய்ந்த உடல்.

கூர்மையான மூக்கு. மிகவும் அழுக்காக இருந்தான். அவன் போட்டிருந்த குர்தாவின் கலரையே கண்டுபிடிக்க முடியவில்லை.

சுருண்டிருந்த தாடியை அடிக்கடி சொறிந்துகொண்டிருந்தான். கன்னங்களில் எலும்புகள் துருத்திக் கொண்டிருந்தாலும் அவன் முகத்தில் ஆண்மை பளிச்சிட்டது உண்மை. தமிழ் முகமாயிருந்தது.

"நீங்க தமிழ் பேசுவீங்களா?"

சுப்பிரமணியனை திரும்பிப் பார்த்த அந்த மனிதனின் முகத்தில் எந்த மாற்றமுமில்லை. கண்கள் ஆமோதித்தன. பக்கத்திலிருந்த நாயை அவன் மிதித்ததில் அது பத்தடி தள்ளிப் போய் விழுந்து 'வவ்வ்' என்ற பயந்த குரலோடு முன்வந்து விழுந்த எலும்பை மீண்டும் கவ்வி மேலே சென்றது. அது இப்படி ஒரு தாக்குதலை எதிர் பார்த்திருக்கவில்லை. மனிதர்களைப் பற்றி அறிந்தும் இப்படி அலட்சியமாக இருக்கலாமா?

"ஒங்க பேரென்ன..." என்ற சுப்பிரமணியனை கூர்ந்து பார்த்தான் அந்த மனிதன். வேற்றுமை, அந்நியத்தனம் மிகுந்த கூர்மை. ஆனால் அந்தப் பார்வையில் விரோதம் இல்லை. வெறுப்பு கலந்த அலட்சியப் பார்வை.

"பத்திரிகையாளுகளா?"

"சே...சே... ஒரு கன்டெய்னர் விஷயமா போர்ட் ஆஃபீஸ் வந்தோம்..."

அவன் சிரிக்க முயன்று தோற்றான்.

"நான், நீங்க பத்திரிகையாளுகன்'னு நெனச்சிட்டேன். எம் பேரு தர்மராஜ்.. இந்தப் பத்திரிகை ஆளுங்க வந்து பேட்டி எடுக்கிறதப் பாத்தா... எனக்கென்னவோ "அந்த புயல் தேவலை'ன்னு தோணுது..."

"நீங்க போர்ட்லதான் வேல பாக்குறீங்களா?"

தர்மராஜ் தலையசைத்தான். சுப்பிரமணியன் கைக்குட்டையை கீழே விரித்து அமர்ந்தான். சந்திரன் முகம் சுளித்தவாறு சுப்பிரமணியனையும் தர்மராஜையும் பார்த்துவிட்டு கடலைப் பார்த்தவாறு நின்றிருந்தான்.

"இந்த இடத்துலதான் நாங்க குடிசை போட்டிருந்தோம். பெரீய்...ய குடிசை... எங்கப்பா, அம்மா, சித்தி, தங்கச்சி சித்தியோட பொண்ணு, என்னோட பெஞ்சாதி, பையன் எல்லாரும் ஒண்ணா அந்தக் குடிசையிலதான் இருந்தோம்..."

கடலை வெறித்தான் தர்மராஜ்.

"எல்லாரும் போர்ட்லதான் வேல பாத்தீங்களா?"

"ஆமாங்க... எங்கம்மா மட்டும் என் பையனை வச்சிக்கிட்டு சமையல் ஆக்கிப்போடும்... அதுக்கு புத்துநோய் வந்துருச்சுங்க, பாவம்... மத்த எல்லாரும் போர்ட்ல வேலக்கிப் போயிருவோம்.. கூலி ரொம்ப கம்மிங்க... மூணு வேளை சாப்பிட முடிஞ்சுச்சு... எங்கம்மாவுக்கு வைத்தியம்லா ஒண்ணும் வேணாமுனு சொல்லிட்டதுங்க... சாவு

வரும்போது வரட்டும்னு அடிக்கடி சொல்லும்க... சித்திதான் அம்மாவை தர்மாஸ்பத்திரிக்கு கூட்டிட்டுப் போய் காட்டும். பேருதாங்க தர்மாஸ்பத்திரி, என்னத்தச் சொல்லி என்ன நடக்கப்போகுதுங்க... எங்க சித்திக்கு நான்னா ரொம்ப உசுரு... நானும் அத சித்தின்னு நெனக்கிறதில்லீங்க. அது மராத்தி. அது தமிழ் பேசுறதக் கேட்டா சிரிப்பா இருக்கும். நாங்க அத பேசவிட்டு விழுந்து விழுந்து சிரிப்போம்..."

தர்மராஜின் பேச்சில் ஒரு நட்புறவு வளர்ந்தது. குரலில் ஒரு தாகம் தொனித்தது. இதையெல்லம் சொல்லவேண்டிய கடமை உள்ளவரிடம் சொல்லுவது போன்ற தீவிரம் இருந்தது. வாய்தான் பேசிக்கொண்டிருந்ததே தவிர கண்கள் ஒரு காட்சியைப் பார்ப்பது போன்ற அலர்ச்சிகளோடு எங்கோ சஞ்சரித்திருந்தன. சந்திரனும், சுப்பிரமணியன் பக்கத்தில் உட்கார்ந்து கொண்டான். தர்மராஜ் பலவீனத்தால் பேச்சை நிறுத்தி பெருமூச்சு விட்டுக் கொண்டான்.

"என் சம்சாரத்துக்கு கருவாட்டுக் கொழம்புன்னா போதுங்க, உசுரவிட்டுரும்... மூணுதட்டு சாப்பிடும். தொட்டுக்கக்கூட எதுவும் வேணாம்... அப்படிச் சாப்பிடும்.

அது எனக்கு கால் அமுக்கிவிடும் பாருங்க... அதுலேயே உடம்பு நோவுல்லாம் எங்கேயோ பறந்து போயிரும்... எம் பையன் அவன் காலையும் அமுக்கிவிடச் சொல்லுவான்... பயங்கரச் சேட்டை... நாங்க வேலைக்குப் போனப்புறம் எங்கம்மா உசுர எடுத்துறுவான்... நான் வராட்டா அவன் தூங்க மாட்டாங்க... அம்புட்டுப் பாசங்க அவனுக்கு... அவன் ஒரு கிளி வளர்த்தான் பாருங்க, அதுவும் அவன் தலைமாட்டுல படுத்துத் தூங்கும். அவ்வளவு தோஸ்து. ரொம்ப உசுரா இருந்துச்சுங்க..."

தர்மராஜ் பேச்சில் 'உசுரு' அடிக்கடி வருவதை கவனித்தான் சுப்பிரமணியன். மெதுவாக, "இப்ப அவுங்கள்லாம்..." என இழுத்தான் சந்திரன்.

"எங்கேனு சொல்லுவேன்... நான் ராஜ்கோட்டுக்குப் போயிருந்தேங்க. என் தங்கச்சி மாப்பிள்ளையப் பாக்க, மாப்பிள்ளை ஆட்டோ ஓட்டுறான். நல்ல மாதிரி. என் சம்சாரமும் ராஜ்கோட்டுக்கு வர்றதாத்தா இருந்தா... நெறமாச கர்ப்பமாயிருக்கேன்னுதா நா விட்டுட்டுப் போனேன்... பாவம்..."

மிகவும் சிரமப்பட்டு மூக்கை சிந்தி தன் உடையிலேயே துடைத்துக் கொண்டான். தொண்டையைக் காறி உமிழ்ந்து பக்கவாட்டில் துப்பினான்.

“இங்க புயலடிக்கையில அங்க என் உசுருக்குள்ல பெரிய புயலுங்க... இங்க வந்து பாத்தா ஒரு உசுரக்கூட காணம்ங்க... போச்சு... எல்லாம் பறந்துபோச்சு... சிதறிப்போச்சு... அழிஞ்சு போச்சு... புதைஞ்சு போச்சு...”

கொஞ்சம் கொஞ்சமாக அவன் முகத்தில் அழுகை பீறிட்டுக் கொண்டு முகத்தைக் கோரமாக்கியது. அவனது தோளைத் தொட்டான் சுப்பிரமணியன். எதிர்பாராமல் தன் முகத்தில் வேகவேகமாக அறைந்து கொண்டான் தர்மராஜ். “போச்சு...போச்சு...” என சொல்லிக் கொண்டான். ‘அவனுக்கு என்ன சமாதானம்தான் சொல்ல முடியும்?’ எனத் திகைத்தான் சுப்பிரமணியன்.

“நீங்க தப்பா நெனைக்கலைன்னா...” என பர்ஸை எடுத்த சந்திரனை அவசரமாகத் தடுத்தான் தர்மராஜ்.

“எனக்குப் பணம் வேணாங்க..” என்று நிறைவு செய்யாமல் வாக்கியத்தை தர்மராஜ் நிறுத்தியபோது சுப்பிரமணியன் கண் கலங்கியது. பேச்சை மாற்ற நினைத்த சந்திரன், “தமிழ்நாட்டுல உங்க பூர்வீக ஊர் எதுங்க?” எனக் கேட்டு வைத்தான்.

முகத்தைத் துடைத்துக்கொண்ட தர்மராஜ், “ராமநாதபுரம் மாவட்டத்துல ‘காமன்கோட்டை’ன்னு ஒரு கிராமம்ங்க...” என்றான். ஒரு புன்னகையோடு.

●

3

அலுவலகத்தில் தொங்கும் பிணம்

அந்த அலுவலகத்திற்குள் நுழையும்போது காலை பத்து மணி. அலுவலக வாசலில் கொட்டிக் கிடந்த ரத்தம் எனக்கு அருவெறுப்பூட்டியது. ஏன் யாரும் இதைச் சுத்தம் செய்யாமல் இருக்கிறார்கள் என்று ஆச்சரியப்பட்டேன். பாதுகாப்பு மனிதன் ஒரு ஓரத்தில் இருந்த இருக்கையில் அமர்ந்து புரோட்டா சாப்பிட்டுக் கொண்டிருந்தான். அவனிடம் போய் ரத்தம் கொட்டிக் கிடப்பதைச் சுட்டிக்காட்டினேன். வாயைக் கிழித்துக் கொண்டு பல்லைக் காட்டிய அவன் கவனிக்கவில்லையென வருத்தம் தெரிவித்தான். பிறகு வேகமாக எழுந்து போய்க் கொட்டிக் கிடந்த ரத்தத்தின் அருகே அமர்ந்து புரோட்டா சாப்பிட்டான். அதாவது பரவா யில்லை. அவ்வப்போது அந்த ரத்தத்தையும் தொட்டுக் கொண்டு சாப்பிட்டது எனக்கு குமட்டியது. வரவேற்புப் பெண்ணிடம் அவனைச் சுட்டிக்காட்டினேன். அவளுடைய முகமும் அஷ்டகோணலானது. எப்படித்தான் காலையில் புரோட்டா போன்ற கடினமான உணவைச் சாப்பிடுகிறானோ என்று அவள் வியந்தாள். பிறகு எனக்கென்ன வேண்டுமென விசாரித்தாள். அப்படி விசாரித்தபோது அவளது வலது கை அவளுடைய ஆடைக்குள் அவசியமில்லாமல் ஏதோ தேடியது. பிறகு மேலாடையை மூடிக்கொண்டது. எனக்கு சான்றிதழ் அவசரமாகத் தேவை என்பதை அழுத்திச் சொன்னேன். என் சட்டைப் பைக்குள் கையை விட்டாள். குறைவான பணத்தை எண்ணிப் பார்த்து உதட்டைப் பிதுக்கினாள். ரகசியமாக பேண்டுக்குள் பணம் இருப்பதாகச் சொன்னேன். சந்தேகத்தோடு சிரித்துக்கொண்டு இரண்டாம் மாடிக்குப் போகச் சொன்னாள்.

அலுவலகம் முழுவதும் ஆழ்ந்த மௌனமும் ஓயாத இரைச்சலுமாக முரண்பாடு கொண்டிருந்தது. சுவர்களில் சுதந்திரப் போராட்ட வீரர்கள், தேசத் தலைவர்கள், முன்னாள் குடியரசுத் தலைவர்கள், பிரதம மந்திரிகள், ஒரு தெய்வப் புலவர், ஒரு தேசியக் கவிஞர், ஜாதிகளிலிருந்து பிரதிநிதித்துவம் பெற்ற தலைவர்கள் (எந்த ஜாதியையும் விட்டுவிடாமல்... அதில் இரண்டு ஜாதிகளின் தலைவர்கள் மட்டும் கவனமாகப் பிரிக்கப்பட்டிருந்தார்கள்), விஞ்ஞானிகள், பொறியாளர் ஒருவர் என்று பல்வேறுபட்ட படங்கள் மாட்டப்பட்டிருந்தன. எல்லோரும் இந்தப் படங்களை அடிக்கடி பார்த்துக் கொண்டிருந்தாலும் யாருமே இவற்றைப் பார்க்காமலிருப்பது எனக்கு ஆச்சரியமாக இருந்தது. ஆண்களும், பெண்களுமாக அலுவலகம் நிறைந்திருந்தது. பார்வையாளர்கள் கூட்டத்தைவிட பணியாளர்கள் கூட்டம்தான் அதிகம். பணியாளர்களிலும் பெண்கள் அதிகம். (சமீபத்தில் சதவிகிதம் கூடியிருக்கக்கூடும்). பெண்கள் தாங்கள் அழகாக இருப்பதைவிட ஆடம்பரமாக இருக்கவும் அதிகாரம் அதிகம் பெற்றிருப்பதாகக் காட்டிக் கொள்ளவும் ஆசைப்பட்டார்கள். இருந்தாலும் அவர்கள் அடிக்கடி தங்கள் தாடிகளைத் தடவிக் கொண்டும் மீசைகளை முறுக்கிக் கொண்டும் இருந்தது எனக்குப் பிடிக்கவில்லை. ஆண்கள் தங்கள் முந்தானைகளை இழுத்து விட்டுக்கொண்டே இருந்தது அதைவிட மோசம்.

சரி ... யார் எப்படி இருந்தால் நமக்கென்ன. சான்றிதழ் கிடைத்தால்போதும். மாடிப்படி ஏறினேன். மாடிப்படி முழுக்க கரப்பான்பூச்சிகளும், கம்பளிப்பூச்சிகளும், பூரான்களும் திரிந்துகொண்டிருந்தது கண்டு நான் பயந்தேன். ஆனால் அவை யாரையும் துன்புறுத்தவில்லை என்பதைக் கண்டுகொண்டேன். இரண்டாவது மாடியை அடைந்தபோது நுழைவாயிலில் ஒரு பிணம் தொங்கிக் கொண்டிருந்தது. வயதான பிணம். ஆண்தான். பேண்ட்பையிலிருந்து துணி வெளியே இழுக்கப்பட்டு நீட்டிக் கொண்டிருந்தது. நொந்துபோன முகம். வெளிறிப்போன வண்ணங்களில் ஆடைகள். யாரிவரென்று அங்கிருந்த கடைநிலை ஊழியரிடம் கேட்டேன். சான்றிதழ் வாங்க வந்தவரென்று சர்வசாதாரணமாகச் சொன்னார் அவர். எனக்குத் 'திக்'கென்றிருந்தது. எனக்கென்ன வேண்டுமென்று விசாரித்தார். சான்றிதழ் என்று நான் வாய் குழறிச் சொன்னதும் அவருக்குக் கோபம் வந்தது. கொஞ்சநேரம் மௌனமாக இருந்த அவர் பின் சத்தமாகப் பேசினார்.

அவர் பேசியது முழுவதும் எனக்குப் புரியவில்லை. உள்ளடக்கம் இதுவாகத்தான் இருக்கும் ... 'தூக்குப் போடுவதென்றால் இரண்டாம் மாடியில் வேண்டாம்' அவர் கோபமாகப் பேசினாலும் அவரிடம் இருந்த மனிதாபிமானம் என்னைக் கவர்ந்தது. 'பிணத்தை அப்புறப்படுத்தினாலென்ன' என்ற கேள்வி அவருக்கு ஆச்சரியமூட்டியது.

'யார் சாட்சியாவதற்குச் சம்மதிப்பார்' என்று பதில் கேள்வி கேட்டதும் நான் நகர்ந்தேன்.

சான்றிதழ் வழங்கும் அதிகாரியைப் பார்க்க வேண்டுமெனச் சொன்னதும் அந்த பெண் உதவியாளர் எதிரேயிருந்த தரைப்பகுதியைக் காட்டி அமரச் சொன்னாள். எனக்கு கோபம் வந்தது. அவளருகே இருந்த நாற்காலியைப் பார்த்தேன். அவள் புரிந்துகொண்டு புன்னகைத்தாள். பிறகு ஒரு விளக்கம். அதிகாரியைப் பார்க்க வரும் இதர அதிகாரிகளுக்குத்தான் நாற்காலியாம். நான் தரையில் போய் அமர்ந்து கொண்டேன். அவள், கால்மேல் கால் போட்டு ஒயிலாக சாய்ந்து கொண்டாள். ஸ்கர்ட்டை இன்னும் மேலே தூக்கிவிட்டுக் கொண்டாள். தன் சட்டையின் முதல் பட்டனைக் கழற்றி விட்டுக் கொண்டு எழுந்து அதிகாரியின் அறைக்குப் போனாள். வெகுநேரம் கழித்து வெளியே வந்த அவள், அதிகாரி நாளைக்கு வரச்சொன்னதாகச் சொன்னாள். நான் அவளை முறைப்பதைப் பார்த்துவிட்டு, 'சான்றிதழ் வாங்க கண்காணிப்பாளரைப் பார்த்தால் போதும்' என்றாள். அவளுக்கு நன்றி தெரிவித்தபோது தன் கட்டை விரலைக் கடித்து உறிஞ்சிக் கொண்டிருந்தாள். அவசரமாக அங்கிருந்து வெளியேறிய நான் கால் வைத்த இடமெங்கும் சகதியும் சேறுமாக இருந்தது. மொசைக் தரையில் எப்படி இவ்வளவு சேறும் சகதியும் வந்தது என்று நான் வியந்தபடி கண்காணிப்பாளரின் இருக்கையை அணுகியபோது அங்கு சாக்கடையே ஓடிக்கொண்டிருந்தது.

கண்காணிப்பாளர் தொலைபேசியில் பேசிக் கொண்டிருந்தார். ஏதோ அலுவலகப் பிரச்சனையாகயிருக்கும் என்று நான் அசட்டையாக இருந்தபோது வித்தியாசமான வார்த்தைப் பிரயோகங்களால் ஈர்க்கப்பட்டேன். அவர் முதல் நாள் பார்த்த நீலப்படத்தின் நீளம் குறைவாக இருந்ததாகவும் ஆனால் விறுவிறுப்பான படப்பிடிப்பு என்பதால் நிறைவாக இருந்ததாகவும் குறிப்பிட்டார். பிறகு ஒரு கதைச்சுருக்கம் வேறு நிகழ்த்தினார். அலெக்ஸாண்டர் கிரகாம்பெல்மீது எனக்கு வந்த கோபம் இருக்கிறதே அது மிகவும் அதிகம். ஒருவழியாக தொலைபேசியிலிருந்து அவர் மீண்டபோது கவனமாகத் தன் தலையைக் கழற்றி வைத்துவிட்டு கீழே இருந்த இன்னொரு தலையை மாட்டிக்கொண்டார். முந்தைய தலையை ஞாபகமாக மேஜையின் அடியில் பத்திரப்படுத்தினார். கண்காணிப்பாளர் என்னைப் பார்த்த பார்வையே சரியில்லை. சுவரோரம் தலைகீழாக நிற்கச் சொன்னார். எதற்கு என்று எனக்குக் கேட்கத் தோன்றியும், சான்றிதழ் கிடைக்க வேண்டுமென்ற பயத்தில் கேட்காமல் போய் தலைகீழாக நின்றேன். பழக்கமில்லாததால் தலை கனத்தது. என் விண்ணப்பத்தைப் படித்துப் பார்த்தார். புகைப்படங்கள் இருக்கின்றனவா என்று கேட்டார். ஏழு புகைப்படப் பிரதிகள் கொண்டு வந்திருப்பதாகச் சொன்னேன். கண்காணிப்பாளர் வருத்தத்தோடு சிரித்தார். அவருக்கு எட்டுப்

பிரதிகள் வேண்டுமாம். போய்க் கொண்டுவரச் சொன்னார். நான் வேதனையோடு அந்தப் பிரிவை விட்டு வெளியேறியதும் அதற்காகவே காத்துக் கொண்டிருந்த ஒரு குமாஸ்தா ரகசியமாக என்னை அழைத்தான். நான் ஆர்வத்தோடு அவனருகே சென்றேன். தன் இருக்கைக்குக் கூட்டிப் போனான். என்முன் தன் கால்களை நீட்டினான். என்ன என்று வினவினேன். அவனுக்குக் கால்வலியாம். காலை அமுக்கிவிட வேண்டுமாம். 'இது நல்ல கதையாக இருக்கிறதே' எனக்குச் சான்றிதழ் வேண்டுமென்று சொன்னேன். கால்வலி தீர்ந்தால்தான் தன் காது கேட்குமென்று சொல்லிவிட்டான். நான் கோபமாக வெளியேறினேன். வழியில் நின்று கொண்டிருந்த கடைநிலை ஊழியர் தொங்கிக் கொண்டிருந்த பிணத்தின் ஷூவை திருட்டுத்தனமாகக் கழற்றிக் கொண்டிருந்ததைக் கண்டேன். என்னையும் உதவி செய்ய அழைத்தார். நான் அவரிடம் சென்று மீண்டும் அழுத்தமாக எனக்குச் சான்றிதழ் அவசியமென்று சொன்னேன். அவர் என் காதில் ரகசியமாக ஒரு குயர் வெள்ளைத்தாளும், பத்து பாக்கெட்டுகள் ஆணுறைகளும், ஒரு கிலோ மக்ரோன்ஸும், நைட்டிகள் இரண்டும், ஒரு டீயும் வாங்கிவரச் சொன்னார். அவர் சொன்ன தோரணையில் இவையெல்லாம் வாங்கிவந்தால் சான்றிதழ் கிடைத்துவிடும் என்று தோன்றியது. ஒரு மணி நேரத்தில் அவர் கேட்ட பொருட்கள் அனைத்தையும் அவரிடமே சேர்ப்பித்தேன்.

என்னை உற்றுப்பார்த்த அவர், என் மீசையை மழுங்கச் சிரைத்துவிட்டு வரச் சொன்னார். நான் திடுக்கிட்டேன். இது முடியாது. முடியவே முடியாது. நான் உறுதியாக மறுத்ததும் கடைநிலை ஊழியர் கையை விரித்தார். அவர் கையில் தூக்கு போட்டுக்கொள்ளும் கனமான வெள்ளைக் கயிறு இருந்தது. எனக்கு மேல்மூச்சு, கீழ்மூச்சு வாங்கியது. விறுவிறுவென்று வேகமாக வெளியே வந்தேன். அலுவலக நுழைவாயிலில் கொட்டிக் கிடந்த ரத்தம் இப்போது இல்லாதிருந்தது. வெளியே இருந்த கரும்புச்சாறு பிழியும் கடையில் கரும்புச்சாறு குடித்தேன். கரும்புச்சாறுக்கு பணம் வாங்கிக்கொண்ட வயோதிகன், 'எதிரே இருந்த பெட்டிக்கடைப் பெண்ணை சந்தித்தால் சான்றிதழ் கிடைக்கும்' என்றது எனக்கு ஆச்சரியமாக இருந்தது. கடைசி முயற்சியாக அந்தப் பெட்டிக்கடை பெண்ணைச் சந்தித்தேன். 'என்னைப் பார் என் அழகைப் பார்' என்று, ஒரு பளபளப்பான சேலை. பட்டிக்காட்டுக் கலரில் முதுகில்லாத ஜாக்கெட். வாய் முழுக்க வெற்றிலை. திறந்த கூந்தல். நல்ல உயரம். ஊதா நிறம். அவளும் வரவேற்புப் பெண்ணைப் போலவே என் சட்டைப் பையில் கையைவிட்டு குறைவான பணமென்று உதட்டைப் பிதுக்கினாள். வழக்கம்போல பேண்டுக்குள் ரகசியமாகப் பணம் வைத்திருப்பதாகச் சொன்னதும், அதை முதலில் வெளியே எடுக்கச் சொன்னாள். அதை எண்ணுவதற்கு நான் முற்பட்டபோது அவசியமில்லையென்று சொல்லிப் பறித்துக்

கொண்டாள். விண்ணப்பம், புகைப்படங்கள், வெள்ளைத்தாள், ஆணுறைகள், மெக்ரோன்ஸ், நைட்டிகள், டீ என்ற வரிசையைச் சொல்லி தயார் செய்யச் சொன்னாள். எல்லாம் அலுவலகத்தில் சேர்ப்பித்ததாகச் சொன்னபிறகு, நான் மெதுவாக ‘மீசையை மட்டும் எடுக்க முடியாது’ என்று சொல்லிவிட்டேன். சற்று யோசித்த அவள் என்னைப் பெட்டிக்கடைக்குள் வைத்துவிட்டு அலுவலகத்திற்கு போனாள். பத்து நிமிடங்களில் மீண்டும் பெட்டிக்கடைக்குள் நுழைந்த அவளிடம் சான்றிதழ் பச்சை வண்ணக் கையெழுத்துடன் மிளிர்ந்தது. அவளுக்கு நன்றி சொன்னேன். அவளோ, இனி பணத்தை பேண்டுக்குள் ரகசியமாக வைக்க வேண்டாமென்று அறிவுரை சொன்னாள்.

●

4

தண்ணீரின் முகம்

வானத்தில் கருகருவென மேகங்கள் திரண்டெழுந்து பறந்து கொண்டிருந்தன. காற்றின் போக்கில் பயணித்த தூறல், சாரலாகி பூமியின்மேல் தூவானமிட்டது. குரங்குகள் மலையில் நேர்க்கோட்டுத் திசையில் மீண்டும் மீண்டும் மனிதர்களை திரும்பிப் பார்த்துப் போய்க் கொண்டிருந்தன. அருவி தாகத்தோடும் பேரிரைச்சலோடும் மனிதர்களின் மீதும் நிலத்தின்மீதும் பாய்ந்து தழுவிச் சென்றது. இயற்கையின் கலையழகைச் சிதைக்கும் நோக்கத்துடனோ சிறப்பிக்கும் நோக்கத்துடனோ நூற்றுக்கணக்கான மக்கள் குழுமியிருந்தார்கள். மனிதர்கள் கூடும்போதெல்லாம் இயற்கை ஏனிப்படி சிணுங்குகிறது?

ஒருவன் அருவிக்குள்ளிருந்து நடனமாடிக்கொண்டே வெளியே வந்தான். கம்பியின்மேல் அமர்ந்த இன்னொருவன் பீடியைப் புகைத்துவிட்டு உரக்கச் சிரித்தான். ஊளையிட்டவாறு ஒரு கூட்டம் அருவியில் குளிப்பவர்களை வேகமாக மோதியது. போலீஸ்காரர் ஓங்கி விசிலடித்துவிட்டு சுட்டுவிரல் காட்டி எச்சரித்தார்.

முழுமையாக ஒரு காலை இழந்தவனொருவன், இரு கம்புகள் ஊன்றித் தலையில் மெல்லிய துண்டு சுற்றி அருவியின்மீது ஆவல் மிகுந்த பார்வை செலுத்தி வேகமாக வந்து ஊன்றிய கால் வழுக்கி தடுமாறி விழுந்தான்.

இளம் போலீஸ்காரன் ஒருவன் பெண்களுக்கான வழியில் ஆண்கள் யாரும் செல்லாமல் தடுத்தனுப்பி வந்தான். ஆண்களுக்கான வழியில் பெண்கள் அலட்சியமாகப் போய்க்கொண்டிருந்தார்கள். ஓர் இளம்பெண் காக்கிப் பேண்ட், கட்டம் போட்ட சட்டை போட்டு குளிக்கப்போகும் பெண்களின் சேலைகள், சுடிதார்கள், ஆபரணங்களை

ஆசையோடு பார்த்துக் கொண்டிருந்தாள். அவளது கையிலும் ஒரு கம்பு தரையைத் தட்டிக் கொண்டிருந்தது.

அருவியில் குளிப்போரெல்லாம் ஏனிப்படி இடிக்கிறார்களென எல்லோரும் கோபித்துக் கொண்டார்கள். அருவியில் மதுவும் கலந்து விழுவதுபோல் எங்கும் மதுவின் நாற்றம் வியாபித்திருந்தது. போதையில் தன்னை இடித்த ஒருவனது பிடரியைப் பிடித்து இழுத்துப்போன போலீஸ்காரர், அவனை தலைகுப்புறத்தள்ளி பின்புறம் கம்பால் ஓங்கி அடித்தான். அடி வாங்கியவனுக்கு ஒரே சிரிப்பு. இருபதுக்கும் மேற்பட்ட இந்தியக் 'குடிமக்கள்' தங்களை கோஷ்டிகானமாக கைதட்டலோடு பாடி இறங்கிவந்தார்கள். ஒருவனுடைய துண்டை இன்னொருவன் இழுத்துவிட, அவன் விரட்ட, இவன் ஓட, யாரோ போலீஸ் இருப்பதாக எச்சரித்தார்கள்.

பெண்களை அள்ளிச்சென்ற வேன் ஒன்றை, இருவர் துரத்திச்சென்று ஏமாற்றத்தோடு திரும்பி வந்தார்கள். ஒரு மாணவன் இன்னொருவனைப் பார்த்து குழந்தை குட்டிகளின் நலம் விசாரித்தான். அவன் சிரித்துக்கொண்டே தலையசைத்தான். நலம் விசாரித்தவன் அடுத்து ஒரு சந்தேகம் கேட்டான். நண்பனின் குழந்தை இவன் ஜாடையில் இருக்கிறதாம். ஒரு விநாடிஒரே விநாடிகாயப்பட்ட முகத்தோடு திகைத்த நண்பன் அடுத்து சொன்ன பதில் அற்புதமானது. மாமன் ஜாடை மருமகனுக்கு இருப்பது இயல்புதானே! சஃபாரி உடையணிந்து காரிலிருந்து இறங்கிய பெரிய மனிதருக்கும் அவர்மேல் இடித்துச்சென்ற எண்ணெய் தேய்த்துக் குளிக்க விரைபவருக்கும் வாய்ச்சண்டை வலுத்தது. இருவரும் வசதியானவர்கள் மற்றும் படித்தவர்கள் என்று சண்டையினூடே சொல்லிக் கொண்டார்கள். நான்கைந்து பேர் இருவரையும் பிரித்துவிட முயன்றபோது இருவரும் தைரியமாகக் கூடுதல் பலத்தோடு திட்டிக்கொண்டு பிரிந்தார்கள். இந்தச் சண்டையை மாணவர்கள் குழாம் வேடிக்கை பார்த்துவிட்டு பாட்டில்கள் கலகலக்கும் அட்டைப்பெட்டியைத் தூக்கிக்கொண்டு மலையோரம் ஒதுக்குப்புறமாக இடம் தேடி நடந்தார்கள். கடைசியாகப் போனவன் கோட், ஸ்கர்ட் போட்ட உயரமான பெண்ணைப் பார்த்து பெருமூச்சு விட்டுக் காட்டினான். அந்தப் பெண் தலையை ஒரு வெட்டு வெட்டிவிட்டுப் போனது. பெருமூச்சு விட்டவன் நெஞ்சைப் பிடித்துக்கொண்டு சாய, அடுத்தவன் ஆதரவோடு தாங்கிக் கொண்டான்.

அரசினர் பேருந்து வந்து நின்றது. அதில் நனைந்த கால்சட்டை, நைட்டி, துண்டு சகிதம் பயணிகள் இறங்கியது வித்தியாசமாக இருந்தது. கண்டக்டர், தான் கொடுத்த டிக்கெட்டுகளைப் படிக்கட்டின் கீழிருந்து வாங்கி வரிசையாக அடுக்கிக் கொண்டிருந்தார். 'என்ன கொண்டு வந்தீர்கள், நீங்கள் இழந்ததற்கு வருத்தப்பட?' என பக்கத்தில் ஸ்டிக்கர் ஒன்று ஒட்டப்பட்டிருந்தது. பேருந்திலிருந்து இறங்கிய ஒரு தம்பதி

ஏறத்தாழ கைச்சண்டையில் இறங்கிவிட்டார்கள். அவர்கள் பெற்று வளர்த்த பெருஞ்செல்வங்கள் பெற்றோர்களையும் விளையாட்டுப் பொருட்கள் விற்பனைக் கடையையும் மாறிமாறி வேடிக்கை பார்த்துக் கொண்டிருந்தன. கடைசியாக, செருப்புகளைத் தொலைத்ததைப்போல் தன்னையும் தொலைத்துவிடுமாறு கணவர் வேண்டுகோள் விடுத்தார்.

ஆண்கள் பகுதிக்கும் பெண்கள் பகுதிக்கும் இடையே போனால்போகிறதென முன்னொரு காலத்தில் பாலமொன்று கட்டி வைத்திருக்கிறார்கள். அதன் இருமுனைகளிலும் நான்கு வரிசையில் கயிறுகள் கட்டிப் பாலத்தைப் பயன்படுத்துவதைத் தடுத்து, போலீஸ்காரர்கள் வேறு பாலத்தின் நடுவே நின்றுகொண்டிருந்தார்கள். ஒரு பெண் நனைந்த சேலையோடு வாளி நிறைய துவைத்த துணிகளோடு எப்படியோ கயிறுகளின் ஊடே புகுந்து பாலத்திற்குள் பிரவேசித்துவிட்டிருந்தாள்.

போலீஸ்காரர்கள் வந்தவழியே போகச் சொல்லிப் பாய்ந்துவிட்டார்கள். சுற்றி வருவதென்றால் கனமான வாளியோடு நடக்கவேண்டிய நிலையில் அவள் போலீஸ்காரர்களோடு வாக்குவாதத்தில் ஈடுபட்டிருந்தாள். எதிர்முனையில் அவளது கணவரும் சின்னப் பையனொருவனும் அந்தப் பெண்ணுக்காகக் காத்திருக்கிறார்கள். அந்தப் பெண் அவர்களைக் காட்டி வாளியையும் காட்டி கொஞ்சம் கோபமாகப் பேசினாள். பயனளிக்காத இயலாமையில் பக்கவாட்டில் ஒருமுறை காறித் துப்பினாள்.

திடீரென மழை வலுத்தது. நல்ல மழை. சாரலில் இயல்பாக நடந்துகொண்டிருந்த மக்கள், மழைக்குப் பயந்து கடைப்புறங்களில் ஒதுக்கினார்கள். அதிக விலை என்று கோபப்பட்ட வாடிக்கையாளரிடம் சீஸனில் சம்பாதித்தால்தான் சம்பாதிக்க முடியுமென சமாதானம் சொல்வதுபோல சொல்லிக் கொண்டிருந்தான் கடைக்காரன். மழைக்குப் பயந்த ஒருசிலர், வேகமாக, பாதுகாப்புக்காக அருவிக்குள் நுழைய முயன்றார்கள். அருவியிலும் மழையிலுமாக அலைந்து சட்டம், ஒழுங்கை நிலைநாட்ட அந்த போலீஸ்காரர் பட்டது கொஞ்சநஞ்ச கஷ்டமல்ல. இன்னொரு போலீஸ்காரர் பெண்கள் குளிப்பதை வேடிக்கை பார்க்கும் ஒருவனைக் கம்பால் தட்டி விரட்டிவிட்டு அப்படியென்னதான் பார்த்தானென்று அவரும் பார்த்துக் கொண்டார்.

மழை நின்றது. உடனே சுரீரென வெய்யிலும் அடிக்க ஆரம்பித்தது. ஒரு பெண், தன் மூன்றுவயதுப் பெண்ணைக் காணாமல் தேடிக்கொண்டிருந்தாள். அவள் பக்கத்தில் ஒருவர் குலுங்கும் தொப்பையோடு இடுப்பை அசைத்து ஆடிக்கொண்டிருந்தார்.

திடீரென்று நான்கைந்து போலீஸ்காரர்கள் பரபரப்பாக விரைந்தபோது ஏதோ விபரீதமென எல்லோருக்கும் மனதில்பட்டது.

சிலர் அதைக் கண்டும்காணாததுபோல குதூகலத்தைத் தொடர்ந்தார்கள். செண்பகாதேவி அருவிக்குப்போகும் வழியில் கூட்டம் அதிகம் இருந்தது. அனைவரும் குழப்பமாகப் பேசிக்கொண்டார்கள். மூழ்கியவன் பெயர் மோகனாம். இருபத்தைந்து வயதுக்குள் இருக்கலாமென்றார்கள். போனவாரம்தான் அவனுக்குத் திருமணமானதாக ஒருவர் சொன்ன தகவல் அதீத கதைத்தன்மை வாய்ந்ததாக இருந்தது. அவனுடன் வந்த நண்பன் மரணபயத்தோடு பேச்சிழந்து, பாறையில் சாய்ந்துவிட்டான். மோகனின் உடலை எடுக்க மூழ்கிய மூவரும் குளத்தின் மேலே வந்து உதட்டைப் பிதுக்கினார்கள்.

நுரைநுரையாகப் பாலாய்ச் சிதறும் நீர்த்துளிகளின் ஜாலங்கள். உடல் கிடைக்கவில்லை. மூழ்கி எழுந்துவந்த மூவரும் ஆழமான சகதி, பாறை, கொடிவேர்களில் உடல் சிக்கியிருக்க வேண்டுமென யூகித்தார்கள். தன்னுடைய மோதிரத்தைக் கழற்றித் தந்துவிட்டு 'ஓ' வென்று பெருங்குரலில் அழுதான். ஒரு பெரியவர் மோதிரத்தை அவன் விரலில் மாட்டிவிட்டார்.

சண்முகம்பிள்ளைக்கு ஆள் அனுப்புவதாகச் சிலர் பேசிக்கொண்டிருந்தபோது சண்முகம்பிள்ளையே வந்துவிட்டார். அவருக்கு எண்பது வயதுக்கு மேலிருக்கும். ஒல்லியான வைரம் பாய்ந்த உடல்வாகு. சிவந்த உட்குழிந்த கண்கள். வேட்டியைத் தூக்கி இறுகக் கட்டியவாறு சண்முகம்பிள்ளை பொங்குமாக்கடலை மிகவும் அலட்சியமாகப் பார்த்தார். மென்றுகொண்டிருந்த வெற்றிலைச்சாறை பக்கவாட்டில் துப்பிக் கொண்டிருந்தார். எல்லோருடைய பார்வையிலும் அந்தக் கிழவரின் தோற்றம் ஒரு கேள்விக்குறியாய் இருந்தது. இந்த மெலிந்த முதியவரா, பெருவெள்ளமாய் அலறி விழுந்து பொங்கும் நீர்ச்சீற்றத்திலிருந்து ஓர் இறந்த உடலை வெளிக் கொணரப்போகிறார்? சண்முகம்பிள்ளை துண்டையும் பனியனையும் கழற்றி அங்கேயே போட்டுவிட்டு தவமுனிவரைப் போன்ற தீவிர முகபாவத்துடன் மலைச்சரிவிலிருந்து பொங்குமாக்கடலை நோக்கிப் போனார்.

சரியாக ஒரு மணி நேரம்!

மோகனின் உயிரற்ற அங்கங்கு சிதைந்த நிலையில் இருந்த உடலை குனிந்து வழியில் கிடத்திவிட்டு துண்டை எடுத்துத் துவட்ட ஆரம்பித்தார் சண்முகம்பிள்ளை. மோகனின் நண்பன், உடலைப் பக்கத்தில் பார்த்துவிட்டு ஓங்காரமாய் வாந்தியெடுத்தான். சண்முகம்பிள்ளைக்குப் பணம் தரவேண்டுமென்பதை ஓர் ஆள் அவனுக்கு நினைவூட்டினார். போலீஸ்காரர்கள் கூட்டத்தைக் கலைத்தார்கள்.

செண்பகாதேவி அருவியில் குளித்துவிட்டு வரும்வழியில் பொங்குமாக்கடலை எட்டிப்பார்க்கும் ஆர்வத்தினால் உயிரைவிட்ட

மோகன் விரைவில் செய்தியானான். அன்று சீஸன் மிகவும் பிரமாதமாக இருந்ததாகப் பேசிக்கொண்டார்கள். பெண்கள் உதடுகளும் பற்களும் கிடுகிடுவென நடுங்க உடலின் குறுக்கே கைகளைக் கட்டி வீதியில் நடந்துபோனார்கள். கார்களிலும் வேன்களிலும் கைதட்டலும் விசிலும் பாட்டுமாக கூட்டங்கூட்டமாக மனிதர்கள் சந்தோஷித்துப் போனார்கள். மீண்டும் மழை பிடித்தது. பேயெனப் பெய்த மழை. மழைதான் சீஸனைக் கெடுப்பதாக எல்லோரும் குறை சொன்னார்கள்.

அருவியும் தண்ணீர்தான் சாரலும் தண்ணீர்தான் மழையும் தண்ணீர்தான் பொங்குமாக்கடலும் கூட... மழையைக் குறை கூறும் யாருக்குமிது புரியவில்லை இறந்துபோன மோகனுக்குப் புரிந்திருக்கும், ஒருவேளை!

●

5

குழந்தை கேட்ட கேள்வி

அந்தப் பெண் வீட்டிற்குள் நுழைந்தபோது அமுதா அந்த வருடத்தின் வாராந்தர பத்திரிகைகள் யாவற்றையும் சுற்றிவைத்துக்கொண்டு தொடர்கதை சேர்த்துக் கொண்டிருந்தாள்.

வாசலில் நிழலாடக் கண்டு நிமிர்ந்த அமுதா விழித்தாள். பின்னர் சமாளித்து வேகமாய் எழுந்து, "வாங்க... உள்ளே வாங்க" என அவளை வரவேற்றாள்.

வந்தவள் அமுதாவைப் பார்த்துக் கும்பிட்டாள். அமுதா தவறு செய்துவிட்டதுபோல நினைத்து 'படக்'கென வணங்கினாள்.

"நாங்க பக்கத்து லைன் வீட்ல குடியிருக்கோம் ..."

"இந்தப் பொண்ண நேத்து லைன்ல முத வீட்ல பாத்தேன் ... ஒங்க பொண்ணா," அமுதா அவளைப் பார்த்துக் கேட்டாலும் பார்வையெல்லாம் அந்தக் குழந்தையின் மீதுதான். குழந்தை!

"ஆமாங்க ..."

"உட்காருங்க ... பாப்பா பேரென்ன?" என ஆசையாய் அக்குழந்தையை மடியில் இருத்திக் கொண்டாள், அமுதா.

குழந்தை அம்மாவைப் பார்த்தது.

"சொல்லுமா ... ஆன்ட்டி கேக்றாங்கல்ல?"

"ப்ரீத்தி"

அமுதா, ப்ரீத்தியின் கன்னத்தில் அழுந்த முத்தமிட்டாள். "அம்மா சொன்னாத்தான் பேர் சொல்லுவியா?"

பதில் எதிர்பார்க்காத கேள்வி.

ப்ரீத்தி பதில் சொன்னது.

"ஆமா ..."

ப்ரீத்தியின் அம்மாவுக்கு சந்தோஷம் முகத்தில் தெரிந்தது. மெலிந்த உருவமாய், சுருள் முடியோடு, சற்று கூடுதல் உயரத்துடன் அந்தப் பெண் அழகாயிருந்தாள்.

அமுதாவுக்கு அவளை, ஏனோ தெரியவில்லை, ரொம்பப் பிடித்துப் போனது.

"உங்க பேரென்ன ..."

"மகாலட்சுமி ... நீங்க?"

"அமுதா"

"நிறைய படிப்பீங்களா?"

அந்தப் புத்தகங்களை மகாலட்சுமி பார்த்த பார்வையில் அவளுக்கும் புத்தக ஆர்வம் இருப்பது தெரிந்தது.

"வேற என்ன செய்யறதுங்க ... அவர் வர லேட் நைட்டாயிடும் ... தொடர்கதை சேர்த்துக்கிட்டிருக்கேன் ..."

"நான் ஸ்கூல்ல படித்ததோடு சரி ..."

அந்தக் குரலில் ஒரு ஏக்கம்ஒரு சின்னக் குழந்தையின் விக்கல்போல எட்டிப் பார்த்தது.

"இருங்க காஃபி போட்டுக் கொண்டாரேன் ..." என அமுதா எழுந்தாள்.

அதுவரை இயல்பாய் இருந்த மகாலட்சுமி வேக வேகமாக தடுத்தாள்.

"வேணாங்க... நாங்க இப்பத்தான் சாப்பிட்டு வந்தோம்..."

அமுதாவுக்கு ஆச்சரியமாகப் போய்விட்டது. அதற்கெதற்கு இவ்வளவு பரபரப்பு?

"இருக்கட்டும்... குடிங்க... காஃபிதானே?"

மகாலட்சுமியும் எழுந்துவிட்டாள்.

"இல்லங்க... ப்ளீஸ்... சும்மா உங்களப் பார்த்துட்டுப் போலாம்னுதான் வந்தோம்... இப்பத்தான்..."

அவள் பதறப்பதற அவர்களுக்கு காஃபி போட்டுக் கொடுக்கும் முயற்சியில் அமுதா தீவிரமானாள்.

வெ.சுப்ரமணிய பாரதி 35

"நீங்க முதமுதல்ல எங்க வீட்டுக்கு வந்துருக்கீங்க... ஒண்ணும் சாப்பிடலேன்னா நான் ஓங்ககூடப் பேசமாட்டேன்..."

அமுதாவிற்கு தனது பேச்சைக் கேட்டு ஆச்சரியமாக இருந்தது. 'ஐந்து நிமிடத்திற்குமுன் வந்தவளிடம்தான் எவ்வளவு உரிமை எடுத்துக் கொண்டு பேசுகிறோம்!'

அவள் மீண்டும் உட்கார்ந்து கொண்டாள்.

அப்போதுதான் ப்ரீத்தியை கவனித்தாள் அமுதா. அது அமுதாவையும் அவளது அம்மாவையும் மாறிமாறிப் பார்த்துக் கொண்டிருந்தது.

"என்னம்மா..." என ப்ரீத்தியைப் பார்த்து அமுதா கேட்க, அது சிரித்தது.

"நீ என்ன கிளாஸ் படிக்கற?" என அமுதா சமையலறையில் இருந்தே கேட்டாள்.

"யூ.கே.ஜி." எனச் சத்தமாக பதில்சொன்ன ப்ரீத்தி அவளது அம்மாவிடம் மெதுவாய்க் கேட்ட கேள்வி அமுதா காதில் தெளிவாக விழுந்தது.

"ஏம்மா ... இந்த ஆன்ட்டி வீட்ல சாதம் இருக்குமா?"

அமுதாவின் இதயமே நின்றுவிடும் போலாகிவிட்டது. அவளது அடிவயிற்றில் என்னவோ செய்தது. மயக்கம் வரும்போல வந்து, சமையலறைச் சுவரை பிடித்துக்கொண்டு தன் மார்பை அழுத்திக் கொண்டாள்.

ப்ரீத்தியை மகாலட்சுமி 'உஸ்ஸ்ஸ்' என அடக்கும் குரல் கேட்டது.

அமுதாவின் கண் கலங்கிவிட்டது. புடவை முந்தானையில் தன் முகத்தை அழுந்தத் துடைத்துக்கொண்டு சமையலறையை விட்டு வெளியே வந்தாள்.

மகாலட்சுமி சிரிக்க முயன்று தோற்றாள்.

அமுதா சமாளித்தவாறு, "இந்த வீடு பிடிச்சிருக்கா?" எனக் கேட்டாள்.

மகாலட்சுமி மகிழ்ந்துபோய் தலையாட்டினாள்.

"வாடகை எவ்வளவு?"

"பத்தாயிரம் ... தண்ணி பில் ... எலக்ட்ரிசிடி பில் தனி ..."

"அநியாயங்க ..."

"சரி இருக்கட்டும்! கை கழுவிட்டு வாங்க ..." என்றாள் அமுதா.

அதிர்ந்துபோனாள் மகாலட்சுமி.

“ஏன்... என்ன...”

“ஐயோ... அந்தக் கர்மத்த ஏன் கேக்கறீங்க... காஃபி பொடி இல்ல... அவர்ட்ட நேத்தே சொன்னேன்... மறந்துட்டார்... அவருக்கு ஆஃபீஸ்தான் உலகமே...”

மகாலட்சுமி, அமுதா கண்களுக்குள் என்னவோ தேடினாள். அமுதா அவளது பார்வையைத் தவிர்க்க விரும்பி ப்ரீத்தியைத் தூக்கினாள்.

“அதனால என்னங்க? நாங்க இப்பத்தான் சாப்பிட்டோம்... நாங்க போய்ட்டு அப்புறம் வரோம்... வா, ப்ரீத்தி...” என கைகளை நீட்டினாள்.

அமுதா குழந்தையை அணைத்துக்கொண்டாள்.

“நல்லாயிருக்கு... காஃபிப் பொடி இல்லன்னா என்ன? கொஞ் சமா சாப்பிட்டுட்டு போகலாம்! முதமுதல்ல வந்திருக்கீங்க...”

மகாலட்சுமி பதறினாள்.

“இல்லங்க... இப்ப மணி பன்னெண்டுதான் ஆறது... பசிக்கல... ப்ளீஸ்...”

அமுதாவுக்கு பயம் வந்துவிட்டது. சாப்பிடாமல் கிளம்பிவிடுவார்களோ?

ஐயோ, குழந்தை!

“சரி... நீங்க எங்க வீட்ல சாப்பிடறத கேவலமா நினைக்கிறீங்க போலிருக்கு... போய்ட்டு வாங்க...” குழந்தையை அவளிடம் தந்தாள் அமுதா.

“ஐயோ ... கடவுளே ... அப்படில்லாம் இல்லங்க ...”

“அப்பன்னா கை கழுவிட்டு வாங்க ... வா ப்ரீத்தி ...”

குழந்தை அம்மாவைப் பார்த்துக்கொண்டே “இல்ல ஆன்ட்டி பசிக்கலை ...” எனச் சொன்னபோது அமுதாவுக்கு தொண்டையை அடைத்தது.

“நீ வரலைன்னா ஆன்ட்டி உங்ககூட சண்டை ... டூ ...”

அவர்கள் இருவரும் சாப்பிடுவதை பார்க்க பார்க்க அமுதாவிற்கு பரவசமாக இருந்தது. சாப்பிட்டு முடித்ததும் கை கழுவிவிட்டு மகாலட்சுமி அந்தக் காரியத்தை செய்தாள்.

ப்ரீத்தியை கட்டிப் பிடித்துக் கொண்டு வலது கையைத் தன் தலையில் அடித்துக் கொண்டு ‘ஓ’வென அழுதாள்.

அமுதாவிற்கு உயிரே போய்விடும்போல ஆகிவிட்டது. பதறிப்போய், “என்னங்க மகாலட்சுமி என்னாச்சு?” எனக் கேட்டாள். அவள் மீண்டும்

தன் தலையிலடித்து "என்னாத்தச் சொல்லுவேன்? அந்தப் பாவிக்கு கழுத்த நீட்டின ஆறு வருசத்துல எங்கப்பாரு போட்ட நகையெல்லாம் தொலைச்சான். பாத்திர பண்டமெல்லாம் வித்தான்... தலைக்கு மேல கடன்... சொல்லாமக் கொள்ளாம ஊரை விட்டுப் போயிட்டான்... பத்து நாளாகுது... முந்தாநாள் காலை சாப்பிட்டதுங்க..." எனச் சொல்லிமுடிக்கையில் உடைந்து போய்விட்டாள்.

அமுதா, மகாலட்சுமியை அணைத்துக் கொண்டாள். மறு கையால் அழத் துவங்கியிருக்கும் ப்ரீத்தியையும் அணைத்துக் கொண்டாள்.

அமுதாவிற்கு என்ன பேசுவதென்று தெரியவில்லை. அவளது கண்கள் கலங்கின.

"இங்க பாருங்க... கவலைப்படாதீங்க... எல்லாம் சரியாயிருங்க ..."

அமுதாவின் ஆறுதல் வார்த்தைகள் அமுதாவிற்கே போதுமானதாகப்படவில்லை.

"உங்களுக்கு என்ன ஹெல்ப் வேணுன்னாலும்..." என அமுதா ஆரம்பித்ததும், மகாலட்சுமி மீண்டும் அழ ஆரம்பித்தாள்.

"நீங்க சாப்பாடு போட்டதே போதுங்க..." என சொன்னவள் திடீரென ப்ரீத்தியின் காதைச் சேர்த்து கன்னத்தில் பளாரென அறைந்தாள்.

அமுதா ஆடிப்போய்விட்டாள்.

"அய்யோ... என்ன நீங்கள்..." அதிர்ச்சியில் சமைந்துபோன குழந்தையை அள்ளிக் கொண்டாள் அமுதா.

ப்ரீத்தியின் கதறல் அமுதாவின் மார்பினுள் புதைந்து போனது.

"அப்படி என்னங்க சாப்பாடு கேக்குது ..." என குமுறிய மகாலட்சுமி, அவளது செயலை நியாயப்படுத்திக் கொள்ள முடியாமல் இடிந்துபோய் அமர்ந்தாள்.

கொஞ்ச நேரத்தில் மகாலட்சுமி, "ப்ரீத்தி... இங்க வாடா குட்டி ..." என பரிதாபம் தோய்ந்த குரலில் அழைக்க ப்ரீத்தி பாய்ந்து போய் அம்மாவிடம் சாய்ந்தது.

"அதுக்காக, பாவம் சின்னக் குழந்தை என்ன பண்ணும்?" என அமுதா இரக்கத்தோடு கேட்டாள்.

"அது என்னங்க பண்ணும் பாவம் பச்ச மண்ணு. எனக்கு வேற யாருங்க இருக்கா? அடிக்கவோ அணைக்கவோ? என் உயிரே இதுதாங்க... என் தலைவிதி! ப்ரீத்தி வலிக்குதாம்மா..."

"இல்லைம்மா" என ப்ரீத்தி முனங்கினாள்.

"என் ராசாத்தி ... நீங்க ஒன்னும் தப்பா எடுத்துக்காதீங்க ... நீங்க அன்போடதான் சாப்பிடக் கூப்பிட்டீங்க ... ஆனா எனக்கு ... என்னவோ பிச்சை எடுத்தமாதிரி ஆயிடுச்சுங்க ..."

மீண்டும் அழ ஆரம்பித்தவளது வாயை மூடினாள் அமுதா.

"வெக்கத்தை விட்டு அண்ணனுக்கு லெட்டர் போட்ருக்கேங்க ... நாளைக்கு வருவார். அங்கபோய் ஏதாவது வேலை பார்த்து ... என் தங்கத்தைக் கரை சேர்க்கணும் ... ஸாரிங்க ... உங்க மனச கஷ்டமாக்கிட்டோம். ப்ரீத்தி! ஆன்ட்டிக்கு டாடா சொல்லு ..."

ப்ரீத்தியை மீண்டும் முத்தமிட்டாள் அமுதா.

அவர்களை வழியனுப்பிவிட்டு அப்படியே திண்ணையிலேயே எவ்வளவு நேரம் அமர்ந்திருந்தாளோ அவளுக்கே தெரியாது. ஃபோன் சிணுங்கிய சத்தம் கேட்டு எழுந்தாள்.

"ஹலோ"

"அமுதா ... ஆபீஸ் இன்ஸ்பெக்ஷன் வேல இன்னும் முடியல, நைட் வர லேட்டாயிடும். சாப்பிட்டு படுத்துக்க ... என்ன?"

"ம்... சரி... லேப் ரிசல்ட்... கேட்டீங்களா?"

"கேட்டேன்... நைட் சொல்றேன்..."

"சும்மா... இப்பவே சொல்லுங்க..."

"நெகடிவ்தான்... வேற காரணத்துல தள்ளிப் போயிருக்கலாம்னு டெக்னீஷியன் சொன்னார்..."

அமுதாவுக்கு கன்னத்தில் அறை வாங்கிக்கொண்டு அம்மா தோளில் தலைசாய்த்துப்போன ப்ரீத்தியின் ஞாபகம் வந்தது.

●

6

மௌன நாடகங்கள்

பொழுதுசாய்ந்த நேரம். ஹாலில் கேட்ட அந்தச் சத்தம் வீடு முழுவதும் எதிரொலிக்கவே பதறிப்போய் ஓடிவந்தேன். அப்பா ஸ்டூலின்மேல் நின்று கொண்டிருந்தார். அம்மா தையல் மெஷின்மேல் சாய்ந்துகொண்டு தன் நெஞ்சில் கைவைத்து அதிர்ந்து நின்றாள். எதிர்த்த அப்பார்ட்மெண்டில் குடியிருக்கும் காந்திராஜா பரபரப்பான முகத்தோடு வாசலில் நின்றுகொண்டிருந்தார்.

தாத்தா லண்டனிலிருந்து வாங்கி வந்த சுவர்க்கடிகாரம் தரையில் நொறுங்கிக் கிடந்தது. அப்பா சாவி கொடுக்கும்போது அது கீழே தவறி விழுந்திருக்கலாம். ஆனால் அதற்கு சாத்தியமே இல்லை. அவ்வளவு கவனமாக சாவி கொடுப்பார். பதினெட்டு ஆண்டுகளாக நான் பார்த்து வரும் காட்சி அது. எப்படி உடைந்தது? காந்திராஜா ஏன் அப்படி நின்றுகொண்டிருக்கிறார்?

"ஸார் ... நெஜமாகவா?"

அம்மா பரிதாபமாகக் கேட்டாள். காந்திராஜா தன் பேண்ட் பாக்கெட்டிலிருந்து கைக்குட்டையை எடுத்து முகத்தை அழுந்தத் துடைத்தவாறு ஆமோதித்தார். அப்பா மெதுவாக ஸ்டூலிலிருந்து இறங்கினார். கீழே விழுந்து விடுவதுபோலத் தடுமாறினார். சமாளித்துக்கொண்டு இறங்கிய அவர், உடைந்து கிடந்த சுவர்க்கடிகாரத்தை இழப்பின் நிறம் தொனித்த பார்வை பார்த்தார்.

"காஃபி சாப்பிடறீங்களா, காந்தி?"

காந்திராஜா தலையசைத்து மறுத்தார்.

"விடுங்க காந்தி... இப்ப என்ன இழவா விழுந்து போச்சு..."

அப்பாவின் குரல் கம்மியது. நான் மெதுவாக அம்மாவின் பின்னால் போய் நின்று அவளது தோளைத் தொட்டேன். அவள் திரும்பவில்லை. ஏதோ பெரிய பிரச்சனை.

"யா... யாரோ ட... ஸார்?"

இந்தக் கேள்வியைக் கேட்பதற்குள் அழுதுவிட்டாள் அம்மா.

எனது கைகள் நடுங்க ஆரம்பித்தன. 'யாரோடு' என்றால் என்ன அர்த்தம்?

"சி ப்ளாக்ல இருக்கிறான்ல மெக்கானிக் இமானுவேல், அவன் கூட..."

ஓ... அக்கா! அக்காவா! அப்பா தொலைபேசியை நோக்கிப் போனார். ரிஸிவரை எடுத்து இயந்திரகதியில் எண்களை ஒத்தினார்.

"இன்கார்ப் கம்ப்யூட்டர் சென்ட்ரா? மிஸ். பவித்ரா ப்ளீஸ்... ம்... ச்சு... ஓ... சரி, தாங்க்யூ... நானா? அவளப் பெத்தபாவி... என்ன ஆச்சுனு கேட்டா என்ன சொல்றது? செத்துப் போயிட்டானு நெனக்கிறேன்..."

கோரமான முகத்தோடு அப்பா ஆங்காரமா ரிஸீவரை வைத்தார். படபடப்போடு காந்திராஜா விடைபெற்றுக் கொண்டார். அப்பா டெலிவிஷனை ஆன் பண்ணினார். இந்திய கிரிக்கெட் அணி பயந்து பேட்டிங் செய்து கொண்டிருந்தது. டெண்டுல்கரை அடுத்து டிராவிட்டும் 'அவுட்' ஆகி அடுத்த விக்கெட் எப்போது போகும் என்ற நிலையிலிருந்த டி.வி.யைப் பார்த்துக் கொண்டிருந்த என்னை முறைத்துப் பார்த்தார் அப்பா.

"நீ யார்கூடடி ஓடப் போற?"

நான் திடுக்கிட்டுப் போய் விழித்தேன்.

"ஐயோ ... கொழந்தய ஏன் இப்படி சொல்றீங்க?"

ஏதோ என்னை ஓடவிடாமல் தடுப்பதுபோல் அம்மா தன்னுடன் இழுத்துக் கொண்டாள்.

"குழந்தைகள் ... ஹூம் ..."

மேலும்கீழும் மூச்சு வாங்க உறுமினார் அப்பா. போனமாதம் இமானுவேலின் பெற்றோர்கள் வீட்டுக்கு வந்தார்கள். அவர்களை வாசலிலேயே நிற்கவைத்துப் பேசி அனுப்புவதா, உள்ளே வரச் சொல்வதா என்ற யோசனையில் நின்றுகொண்டிருந்தார் அப்பா. அம்மாதான் அவர்களை வரவேற்று, சோஃபாவில் அமரச் சொன்னாள்.

அப்பா அநாகரிகமாக, "என்ன வேணும்?" எனக் கேட்டதும், அவர்கள் சங்கடமாக நெளிந்தார்கள்.

"ஒண்ணுமில்லை ஸார்... நாங்க இமானுவேல் பேரென்ட்ஸ். இமானுவேல் தெரியும்ல உங்களுக்கு ..."

"ம் ... பைக் ரிப்பேர் பண்றானே அவந்தானே? தெரியும். என்ன அவனுக்கு கடன் எதுவும் பாங்க்ல வாங்கணுமா?"

அப்பா உண்மையிலேயே அவருக்குத் தோன்றியதைத்தான் கேட்டார்.

"இல்ல... இல்ல... அவன் நம்ம பொண்ணு..."

"...நம்ம பொண்ணா?"

"ம்... பவித்ரா இருக்குல, அத கல்யாணம் பண்ணனும்'னு ரொம்ப விருப்பப்படறான்..."

அப்பாவின் கண்கள் தீப்பிழம்புகளாக மாறின.

"இதில என்னங்க தப்பு இருக்கு. இந்தக் காலத்துல..."

சிறிதுநேரத்தில் அவர்கள் தலையைக் குனிந்தவாறு வெளியேறினார்கள். அம்மா அப்பாவின்மேல் பாய்ந்தாள்.

"நீங்க நடந்துகிட்டது கொஞ்சங்கூட முறையில்லங்க..."

"அவன் கேட்டது ரொம்ப முறையோ?"

"கேட்டாங்க... முடியாதுனு முடிச்சற வேண்டியதுதானே..."

"ஷட்அப் .. அதெப்படி கேக்கலாம்கறேன்... தராதரம் வேணாம்? "

"என்ன நீங்க யோசிக்காமப் பேசறீங்க... இதுல பவித்ராவுக்கு எந்த சம்மந்தமும் இல்லாத மாதிரி பேசறீங்க ..."

அப்பா சிரித்தார்.

"சம்மந்தம்னா? என்ன சொல்ல வர்ற?"

"பவித்ராவோட சம்மதத்தோட அவுங்க இங்க வந்திருக்காங்கன்னா...?"

"அப்படிச் சொல்லலையே அவன்? "

"அவுங்க சொல்லலை... அதெப்படி பொண்ணு சம்மதமில்லாம நம்ம வீட்டுப் படியேறி பொண்ணு கேட்பாங்கன்னுதான் யோசிக்கிறேன். அதுவும் உங்களப் பத்தித் தெரிஞ்சும்..."

"சே... சே... நீ எப்பவும் கிரிட்டிகல் ... பவித்ரா போய்... அந்தக் கருப்பனை... சீய்... நீ ஒருத்தி..."

"ஒங்க பொண்ணு சென்டர்ல இருந்து வரட்டும்... தெரியும்... யாரு கிரிட்டிகல்னு..."

சென்டரில் இருந்து வந்த பவித்ரா, தனக்கு எதுவும் தெரியாதென மறுத்தாள். அப்பா வெற்றிக்களிப்பில் அம்மாவைப் பார்த்துச் சிரித்தார் அப்போது. இப்போது? அப்பா ஈஸிசேரில் சாய்ந்தார். அம்மா அவர் கையை அழுத்தினாள்.

"இங்க பாருங்க ... இப்படியே இருந்து பிரயோஜனமில்ல... நடக்கவேண்டியதப் பாக்கணும்"

"என்ன நடக்கணும்? ஒனக்கும் எனக்கும் கருமாதிதான் நடக்கணும் ..."

அப்பா இப்படியெல்லாம் பேசுகிறவர் இல்லை. அம்மா தலைகுனிந்தாள். அவளது கண்களிலிருந்து பொலபொலவென கண்ணீர்த் துளிகள் கொட்டின. அந்தத் தாயின் வேதனைக்கு திரவ வடிவம் கொடுத்தாற் போலிருந்தன இந்தக் கண்ணீர்த்துளிகள்.

"சரி ... சொல்லு ... என்ன நடக்கணும்?"

"எனக்கு என் பொண்ணு வேணுங்க ..."

அப்பா, அம்மாவை வெறித்துப் பார்த்தார். அவரது கண்கள் சிவந்து கலங்கியிருந்தன. அப்பா, அம்மாவை வலக்கரத்தால் அணைத்துக் கொண்டார். வழக்கமாக, எங்கள் முன் இருவரும் தொட்டுக்கொள்ளக்கூட மாட்டார்கள். இப்போது இவர்களின் நிலை என் மனதை நெகிழச் செய்தது.

"நா என்ன சொன்னாலும் என் கண்மணி மறுபேச்சுப் பேச மாட்டாங்க... நா அவளப் போய்ப் பாத்துக் கூப்பிட்டேன்னா ..."

அம்மா நிறுத்திக் கொண்டாள். மீண்டும் அவள் விழிகளிலிருந்து கண்ணீர். பேசாமலிருந்தால் அழுது விடுவாள். அப்பா, அம்மாவையே பார்த்தார். பெருமூச்சு விட்டார். பேனாவால் தலையை தட்டிக் கொண்டார். ஆச்சரியப்படும்விதமாக சம்மதம் கொடுத்தார். ஆனால் உறுதியான குரலில் எச்சரித்தார்.

"போறவ போயிட்டா... இருக்கிறவங்க மதிப்பக் காப்பாத்திக்கறதுதான் நல்லது... மத்தபடி உன் இஷ்டம்... இனிமே இந்த வீட்டுல அந்த ஓடுகாலியைப் பத்தி யாரும் பேசக் கூடாது... ஆமா, சொல்லிப்புட்டேன்... போ..."

"பெத்த வயிறு பத்திக்கிட்டு எரியுதுங்க..." என புலம்பியவாறு கண்களைத் துடைத்துக் கொண்டு கிளம்பிப் போனாள் அம்மா.

அம்மா போனதும் அப்பா என்னைக் கூப்பிட்டார். பயத்தோடு அப்பாவின் பக்கத்தில் நின்றேன். என் தோளில் கைவைத்து அப்பா அழுத்தினார். இறுகிய அவர் முகத்தில் ஒரு நெகிழ்ச்சியும் இருந்தது.

வெ.சுப்ரமணிய பாரதி ◆ 43

"வந்ததும் அம்மாகிட்ட ஒண்ணும் கேக்காத. பேசாம படிச்சிக்கிட்டு இரு... போ..."

இப்படிப்பட்ட அப்பாவை இந்த நிலைக்கு கொண்டுவந்துவிட்டாளே அக்கா. அந்த இமானுவேல் கருப்பாக இருந்தாலும், திருத்தமாகத்தான் இருப்பான். எத்தனை பெண்கள் அவன் ஒர்க்ஷாப் வழியாக தினமும் போகிறார்கள்.

அக்காவை மட்டும் குறிபார்த்துத் தட்டியிருக்கிறான். எப்படி? அக்கா, சினிமா கதாநாயகர்களைக் கூட ஓரக்கண்ணால்தான் பார்ப்பாள். தியேட்டரில் காதல் காட்சிகள் வந்தால், சுவரையும் ஒளியையும் பார்த்துக் கொண்டிருப்பாள் (இதில் அம்மாவுக்கு ஒரே பெருமை!).

இன்று இரவு அக்காவுக்கு முதல் இரவாகத்தான் இருக்கும். ஐயோ... பாவம்... எவ்வளவு கனவுகளைச் சுமந்து இருந்தாளோ? எப்படி... அவள்... எதையும் வெளியே சொல்லும் வழக்கம் இல்லாது உள்ளத்துள் புதைத்து வைக்க மட்டுமே தெரிந்த அக்கா, பெற்றோர்களை எவ்வளவு நேசித்தாள் என்பது எனக்கு மட்டுமே தெரியும்.

அம்மா போனவேகத்தில் திரும்பி வந்துவிட்டாள். நேரே சமையலறைக்குள் புகுந்து கொண்டாள். கேவிக்கேவி அழும் ஓசை தெளிவாகக் கேட்டது. அப்பா, ஏதோ ஒரு புத்தகத்தைப் படித்துக் கொண்டிருந்தார். நான் என் அறையை விட்டு வெளியே வரவில்லை. அப்பா தொண்டையைச் செருமினார்.

"என்ன வேணும்?"

"ஒண்ணும் வேணாம்..."

"சாப்பிடறீங்களா?"

"பசிக்கலை ..."

எனக்குப் பசித்தது. இருந்தாலும் உண்ணாமல் படுத்தேன். அக்கா... அக்கா அவ்வளவுதானா? உறவு அறுந்து போனதோ? அவளும் புதுவாழ்வில் பழசையெல்லாம் மறந்து போவாளோ? இமானுவேல் வீட்டில் அவளை எப்படி நடத்துவார்கள்? நகைகளும், வரதட்சணையுமாய் போகும் பெண்களையே அடுப்பங்கரையில் வைத்து தீயூட்டும் காலம் இது. அக்கா எப்படி இருப்பாளோ? எனக்குப் பயமாக இருந்தது.

அம்மாவிடம் அக்கா என்ன சொல்லியிருப்பாள்? "இதுதான் சொர்க்கம் ..." என்றிருப்பாளோ? ம்ஹூம் ... அதற்கு சாத்தியக்கூறுகளே இல்லை.

அப்பா அம்மா படுக்கை அறையில் எந்தப் பேச்சு வார்த்தையும் இல்லை. பெரியவர்கள் ஏதோ மௌன நாடகம் ஆடுகிறார்கள்.

தாகம் திடீரென எழுந்து தொண்டையை அடைத்தது. எழுந்து டைனிங் ஹால் பக்கம் போனேன். பூஜை அறையிலிருந்து மெல்லிய ஆரஞ்ச் வெளிச்சம் வெளி வந்தது. வாசலில் நிற்பது யார்? அம்மா! அறையினுள் மெதுவான குரலில் அப்பா வழிபாட்டுப் பாடலொன்றைப் பாடுவது கேட்கிறது.

மனதில் நிம்மதி தோன்றியது... புன்னகையும் கூட ... 'எனக்காகவும் இவர்கள் ஒரு நாள் பிரார்த்திப்பார்கள்.'

●

7

அந்த ஞாயிறு மதியம்

மல்லிகாவை நூலகத்தில் சற்றும் நான் எதிர்பார்க்கவில்லை. வாழ்க்கையில் எல்லாம் எதிர்பார்த்தபடியா நடக்கிறது? என்னைப் பார்த்தும் பார்க்காதது போல் அவள் போய்விடுவாள் என நினைத்தேன்; அல்லது எதிர்பார்த்தேன்; அல்லது விரும்பினேன். நடக்கவில்லை...

"ஹலோ... ராம்ஜி..."

அந்த ஞாயிற்றுக்கிழமை மதிய நேரத்தின் அதே உற்சாகமும் உல்லாசமும் அவள் முகத்தில். அதென்னவோ தெரியவில்லை. அவளை நினைத்த உடன் நினைவுக்கு வருகின்ற 'அதே' ஞாயிற்றுக்கிழமைதான் அவளைப் பார்த்தபோதும் நினைவுக்கு வருகிறது.

"என்ன 'ஸ்டன்' ஆய்ட்ட ... என்னை ஞாபகம் இருக்கா யா?"

உன்னை மறப்பதா ... நானா ... மறந்தால் நன்றாகத்தான் இருக்கும் ...

"ஆச்சரியமா இருந்துச்சு மல்லிகா ... இந்த ஊர்லதான் இருக்கியா?"

"யா" என்றாள், சுதந்திரமான கூந்தலை சிலுப்பிக் கொண்டு. அப்படியே இருக்கிறாள். எப்படி? காலம் அவளிடம் நான்கு வருடங்களாக எந்த மாறுதலையும் ஏற்படுத்தியதாகத் தெரியவில்லை. கொஞ்சம் பூசினாற்போல் மாறி இருக்கிறாள். உடலின் வர்ணம் மெருகேறி யிருந்தது. கண்களில் பழைய பளபளப்பு கொஞ்சமாய் மிச்சமிருந்தது. காதோரம் கொஞ்சம் தலைமுடி சதிராடிக் கொண்டிருந்தது. ஜாக்கெட் முதுகுப்பக்கம் போனால் போகிறது என கொஞ்சம் பிடித்துக்கொண்டிருந்தது. ஆனால், அதே சிரிப்பு ... அப்படியே ... எப்படி?

“நீ எங்கே இந்தப்பக்கம்?” சற்றுக் கூடுதலான இடைவெளியிலேயே நின்றுகொண்டு கேட்கிறாள். எல்லை... இருக்காதா பின்னே?

“நான் இப்ப ஒரு கெமிக்கல் கம்பெனியில சேல்ஸ் ரெப்ரசன்டேடிவா இருக்கேன்... கம்பெனி வேலையா இங்க வந்தேன்... பாக்க வந்த ஆள் இல்ல. நாளைக்குத்தான் வருவாராம். பாத்துட்டு திருநெல்வேலி போயிடுவேன் ... போர் அடிச்சுச்சு ... ஏதாவது படிக்கலாமே'ன்னு லைப்ரரி வந்தேன்... நட்ஹாம்சனோட ‘நிலவளம்’ இருக்கானு கேட்டேன் ... பேர்ல் பெக்கோட ‘நல்ல நிலம்’ இருக்குனு லைப்ரரியன் சொன்னாரு ... ஏதோ ஒரு நிலம்னு படிச்சிக்கிட்ருக்கேன் ....”

“இன்னும் மொழிபெயர்ப்பு நாவல்கள் படிச்சுக்கிட்டு, ஆர்ட் ஃபிலிம் பார்த்துகிட்டு அப்படியேதான் இருக்கே போல்ருக்கு... ஆனா ஒருவழியா வேலை கிடைச்சுருச்சு, இல்லையா?”

அவள் கண்களில் எந்த மாற்றத்தையும் காணவில்லை ... ஒரு தோழியின் சந்தோஷமும் குதூகலமும்தான் தெரிந்தது.

‘ஆமா மல்லிகா... நீ... உன்னோட’

“என்னோட அவர் இங்கதான் கம்ப்யூட்டர் சென்டர் வச்சிருக்கார்... நாளைக்குத்தானே திருநெல்வேலிக்குப் போகணும்? வாயேன்... எங்க வீட்டுக்கு...”

ஐயோ... இரவு... மல்லிகா வீட்டிலா? செத்தே போய்விடுவேன்...

“இல்ல... மல்லிகா... சாத்தூர் வரையும் போக வேண்டியிருக்கு... ஒரு ஃப்ரண்ட பாக்கணும் ...”

அவளுக்கு ஒரே சிரிப்பு.

“நானும் உன் ஃப்ரெண்ட்தான்யா... போகலாம்... கமான்... எங்க வீட்டுக்காரரை அறிமுகம் செய்து வைக்கிறேன்... வா ...”

“நோ... ப்ளீஸ்... எனக்கு டைம் இல்ல...”

பதறினேன். எனது பதற்றத்திலே அவளுக்கு ஒரே வேடிக்கை ... அன்றைக்கும் அப்படித்தானே! அந்த ஞாயிற்றுக்கிழமை ‘நூன்ஷோ’ பார்த்துவிட்டு அவளது உல்லாசமும் உற்சாகமும்... நான் பதறப்பதற... அவளுக்கு ஒரே வேடிக்கைதான்.

“பயப்படாதே மேன்... நான் ஒன்னும் முழுங்கிட மாட்டேன் உன்னை...” என காதோரம் கிசுகிசுத்த அந்தக் குரலை வாழ்க்கையில் மறக்க முடிந்தால் எவ்வளவு அமைதி கிடைக்கும்! முழுங்கித்தான் விட்டாள்... முழுதாக முழுங்கியிருந்தால் பரவாயில்லை... முடமாக்கிவிட்டதுபோல்...

"என்னாச்சு ராம்ஜி... இப்ப வர்றியா? இல்லையா?"

'வர்றியா? இல்லையா?' யோசித்தேன். அவளது அழைப்புக்கு இவன் மறுப்பதன் அஸ்திவாரத்தில் ஓர் ஆழ்ந்த ஏக்கம் இருக்கிறது. அன்றைக்குக்கூட அப்படித்தானே?

போனேன். அழகான வீடு! அனிச்சைச் செயலாக திருநெல்வேலியிலுள்ள எனது வாடகை ஓட்டு வீடை நினைத்துக்கொண்டேன். அவள் எடுத்த முடிவு அவளைப் பொறுத்தவரையில் சரிதானோ? அவள் அன்று சொன்னதுபோல் எதார்த்தமானதுதானோ?

'டேக் யுவர் ஸீட் ...'

அன்று எனது ரூமில் நான் தயங்கித் தடுமாறியபோது அவள் கிண்டலாகச் சொல்லிய அதே "டேக் யுவர் ஸீட்"

அமர்ந்தேன். எதிர்த்தாற்போலிருந்த சோபா கம்பெட்டில் அமர்ந்து கொண்டாள். சோபா கம்பெட்... கலர்தான் மாறியிருக்கிறது! அது இளஞ்சிவப்பு. இது பச்சை! ஓரத்தில் அதே பச்சைக் கலரில் ஒரு வாஷிங் மெஷின் இருந்தது. அதன் வெள்ளைக் குழாயிலிருந்து நீர்சொட்டிக் கொண்டிருந்தது. டேப்ரிக்கார்டரிலிருந்து வந்த பாடல், "ஐ ஃபீல் லைக் எ மதர்லஸ் சைல்ட்" என்றது. என்ன பொருத்தமான பாட்டு! எனது மனநிலையும் அப்படித்தான் இருந்தது. சுவரிலிருந்து ஒரு குழந்தை "நோ ப்ராப்ளம்" என்றது. அதன் கன்னத்தில் ஏழெட்டு முத்தச் சின்னங்கள். ஷோகேஸ் நிறைய கரடி பொம்மைகள்.

"கொஞ்சநேரத்தில் என்னோட 'அவர்' வந்திடுவார்... வா அதுவரை வீட்டை சுற்றிப் பார்க்கலாம்..."

அவளோடு வீடு சுற்றி வந்தபோது அவளது சேலையிலிருந்த 'யூடிகோலான்' வாசனை எனது சட்டைக்குத் தாவியது... "ஓ... ஸாரி" என சொல்லி நாசுக்காய் முன்னேறினாள். 'ஸாரி' எதற்கு? இதற்கா? அப்போ 'அதற்கு?' மொட்டைமாடியில் போய் நின்றுகொண்டு குருமலைக் காற்றை தலையை சிலுப்பி அனுபவித்தாள். எதையுமே அனுபவிப்பதில் அவளை யாரும் மிஞ்ச முடியாது.

"என்ன ராம்ஜி ... ஒண்ணும் பேசாம இருக்க?"

அதற்கு மேல என்னைக் கட்டுப்படுத்த முடியாமற் போனது. உணர்வுக்கும், உணர்வுகளை மறைக்கும் மனநிலைக்கும் ஓர் எல்லை உண்டுதானே?

"மல்லிகா... அந்த ஸன்டே ஆஃப்டர்நூனை கம்ப்ளீட்டா மறந்துட்ட போலிருக்கே ..."

ஒரு சிறுபிள்ளைத்தனமான ஏக்கம் பொதிந்த அந்தக் கேள்வி அவளை 'சுருக்'கென்று தைத்திருக்க வேண்டும். இல்லை என்றால்

‘சடார்’ என மௌனம் சுமக்க மாட்டாள். மீண்டும் கேட்டேன் ... “அப்படித்தானே மல்லிகா?”

திரும்பிய அவளது கண்களில் ரொம்பக் கொஞ்சமாய் ஈரம் தென்பட்டது.

“அதெப்படி ராம்ஜி முடியும்? வாராவாரம் ஞாயிற்றுக்கிழமையும், ஒவ்வொரு ஞாயிற்றுக்கிழமையும் ஆஃப்டர்நூனும் வருதே... நாம எல்லாத்தையும் மறக்க முடியறதில்ல ராம்ஜி... அது ஹியூமன் வீக்னஸ்... ஆனா நிம்மதியா இருக்கணும்னா நாம எல்லாத்தையும் எப்பவும் நினைச்சுக்கிட்டிருக்கக் கூடாது... நீ அந்த ஞாயிற்றுக்கிழமையை மட்டும் மறக்க முடியலைனு சொல்லுவாய் போலருக்கு... அதை நோக்கித் தள்ளிய நம்மோட உணர்வுகள், நேசம்... அதை மறக்கமுடியுமா ராம்ஜி? இதுக்கு மேல எனக்கு பதில் சொல்லத் தெரியல... நீயும் இப்ப கல்யாணம் ஆகி இருந்தீன்னா அப்படி கேட்டிருக்க மாட்டியோன்னு எனக்கு தோணுது ராம்ஜி...”

எனக்கு சற்றே தூக்கிவாரிப்போட்டது.

மாடிப்படி இறங்கினேன்...

அவளும் பின்னாலேயே வந்தாள் ...

ரொம்பநேர மௌனம்!

“ராம்ஜி... நான் உன்ன ஹர்ட் பண்ணிட்டனா? ஸாரி...”

இப்போது நான் சிரித்தேன்.

“கல்யாணம் பண்ணிக்கலையா ராம்ஜி?”

மீண்டும் சிரித்தேன்.

“என்ன எதுக்கெடுத்தாலும் சிரிப்பு?”

சற்றுக் கோபமானாள் மல்லிகா. இது நல்லாருக்கே! இவள் மட்டும் சிரிக்கலாம்!

“ஒண்ணுமில்ல மல்லிகா ... கல்யாணம் பண்ணிக்கத் தகுதி வரணும்லயா?”

“ம்? என்ன தகுதி?” கிண்டலாகக் கேட்டாள் மல்லிகா. கிண்டலா பண்ற? இருடி! வர்றேன் ...

“என்ன தகுதியா? அட்லீஸ்ட் ஒரு கம்ப்யூட்டர் சென்டர் அல்லது இந்தமாதிரி வீடு அல்லது ரெண்டும் ...”

மல்லிகா வெறித்துப் பார்த்தாள். கண்கள் பொலபொலவென்று கண்ணீர்ப் பூக்களை உதிர்த்தன. கீழுதட்டை மேல்வரிசைப் பற்களால்

அழுத்தினாள். கண்கள் சரிந்தன. முந்தானையை நகத்தில் சுற்றிச் சுற்றி இழுத்ததில் சேலை கிழிந்தது. பக்கத்தில் எங்கேயோ ஒரு நாய் வேதனையோடு ஊளையிட்டது.

உடைந்த குரலில், "இன்னும் ஏதாவது பாக்கி இருக்கா?" என அவள் கேட்டபோது மனம் கலங்கியது. அவளைச் சமாதானப்படுத்தலாமா?' என யோசித்தபோது டெலிஃபோன் அடித்தது. ஹாலிலிருந்து அறைக்குள் நுழைந்தாள்.

சற்றுநேரத்தில் திரும்பி வந்தவள், "என்னோட 'அவர்' அவசர வேலையாய் திருச்சி போறாராம்... நாளைக்கு வந்திடுவாராம்... நீ வந்திருக்கேனு சொன்னேன். 'அப்படியானு ரொம்ப சந்தோஷப்பட்டார். உன்னைய இருக்கச் சொன்னார்... நாளைக்கு சந்திக்கிறதாச் சொன்னார். வந்து... அவருக்கு எல்லாம் தெரியும்... ஓரளவு..." என்று மென்று விழுங்கினாள்.

இரவில் தனியாக இவளோடு. திக்கென்றது! அவளது கணவனின் மனப்பான்மை ஏனோ என்னைக் குன்ற வைத்தது... மல்லிகா அதிர்ஷ்டசாலிதான்! என்ன ஒரு நம்பிக்கை அவனுக்கு... அதே சமயம்... அந்த நம்பிக்கை அதிகமென்றும் பட்டது. 'அவனது நிலையில் நானெப்படி சொல்லியிருப்பேன்' என்றும் யோசித்தேன்... யோசிக்கவே முடியவில்லை.

"என்ன யோசனை?" என விரல் சொடுக்கினாள் மல்லிகா.

"நான் கிளம்பறேன்" என்றேன் விரைவாக.

"ஏன் இவ்வளவு பரபரப்பு..." எனக் கேட்டவள், குரலை சற்றே இறக்கி, "என்னோட வீட்டுக்காரர் என்னை எவ்வளவு ஜென்டிலா ட்ரீட் பண்றார்... நீ இவ்வளவு கேவலப்படுத்தறியே..." என்றபோது பாவமாய்பட்டது.

"இல்ல, மல்லிகா... அவ்வளவு நம்பிக்கை வச்சிருக்கிறதாலதான், பயமாயிருக்கு..."

"அப்ப அவர்க்கு என்மேலிருக்கிற நம்பிக்கை உனக்கில்லை?" கண்டிப்பாய்க் கேட்டாள்.

தயங்கினேன்.

"இதற்குப் பதில் நானே சொல்லணுமா?"

கூர்மையும், கடுமையுமாகப் பார்த்தாள்.

"இதுக்கு அந்தக் கத்திய எடுத்து என் நெஞ்சுல குத்தியிருக்கலாம்"

சிறு பெண்போல கலங்கிய விழிகளைத் துடைத்தாள்.

“மல்லிகா ... பசிக்குது ... ஏதாவது சாப்பிடத் தருவியா...”

குதூகலமானாள்; சமைத்தாள்; பாடினாள்: பேசினாள். அவளது திருமண கேஸட்டை வீ.ஸி.டியில் போட்டு யார்யார் என அடையாளம் காட்டினாள். அவளும் சாப்பிட்டுக் கொண்டு எனக்கும் பரிமாறினாள் ... அவளது கம்ப்யூட்டர் கோல நோட்டைக் காட்டினாள் ... புதிதாக எழுதிய கவிதைகளை இரண்டு இரண்டு தடவையாகப் படித்துக் காட்டினாள். ஃபோனில் யாரையோ மறுநாள் பேசலாமென ‘கட்’ பண்ணினாள். ‘படார்’ என பதினொரு மணி வந்துவிட்டது.

“நீ ஃப்ரண்ட் ரூமில் தூங்கு... நான் மாடிக்குப் போறேன்... குட்நைட்...” என ஒரு வழியாக விடைபெற்றாள். அறைக்குள் போய்ப் படுத்தவுடன் மனக்கதவு திறந்து கொண்டது. பேய்க்காற்று... மனக்கதவு ஏன் இப்படி ‘டமார்’ ‘டமார்’என அடித்துக் கொள்கிறது. எப்படிப் படுத்தாலும் தூக்கம் வருவதாக இல்லை. இமைகளுக்குள் பொம்மலாட்டம் நடந்தது. காய்ச்சல் வருவதுபோல் உடம்பெல்லாம் சூடானது. அனிச்சைச் செயலாய் கழுத்தைத் தொட்டுப் பார்த்தேன். காய்ச்சல்தானோ? விளக்கைப் போட்டுவிட்டு உட்கார்ந்தேன். பளிச்சென்று இருந்தது அறை. ஷெல்ஃபில் சில புத்தகங்கள் அட்டை போடப்பட்டு அடுக்கி வைக்கப்பட்டிருந்தன. எழுந்து போய் புரட்டினேன். எமிலிஜோலா எழுதிய ‘தெரஸா...’ மல்லிகாவுக்கு நான் கடைசியாக அன்பளிப்பு செய்த புத்தகம். முதல் பக்கத்தில் ‘ஆசை முத்தங்களுடன்’ என எழுதிக் கையெழுத்துப் போட்ட ஞாபகம், பிரித்துப் பார்த்தேன். கவனமாக முதல் பக்கம் கிழிக்கப்பட்டிருந்தது. பெண்கள் புத்திசாலிகள்!

மல்லிகாவின் பேச்சு... மல்லிகாவின் சிரிப்பு... மல்லிகாவின் கண்ணீர்... மல்லிகாவின் ‘யூடிகோலான்’ வாசனை... மல்லிகா... மல்லிகா... கூடவே அவளது கணவரின் குரலும் கேட்டது. நாக்கு வறட்சி மிகுந்தது. தீயென தாகம் திடீரெனத் தோன்றியது. அறையில் தண்ணீர் இல்லை. ஹாலில் வாட்டர் ஃபில்டர் இருந்த ஞாபகம் வந்தது. கதவைத் திறந்து கொண்டு வெளியே வந்தேன்.

ஹாலில் வாட்டர் ஃபில்டரில் தண்ணீர் குடித்துக் கொண்டிருந்தாள் மல்லிகா.

●

8

கண்ணீர்த் தெப்பம்

அலுவலக வராந்தாவிலிருந்த பெஞ்ச் நடுப்பகுதி முழுக்க நீளவாக்கில் தேய்ந்திருந்தது. அதன் ஓரத்தில் மேலும் தான் பெஞ் சைத் தேய்த்துவிடக்கூடாதேயென பயப்படுவதுபோல பெஞ்சுக்கு வலிக்காமல் அமர்ந்திருந்தாள். முன்புறம் இருந்த போஹன்வில்லா அவளது காலடியில் கொஞ்சம் வாசனையில்லாத வண்ணப் பூக்களைத் தூவி இருந்தது. அவள் கட்டியிருந்த வெளிர்பச்சை வண்ணப் புடவையிலிருந்த பெரிய பெரிய வெண்ணிறப் பூக்களுக்கு போஹன்வில்லாப் பூக்கள் பொருத்தமாக இருந்தன. கையில் இருந்த டவுன் பஸ் டிக்கெட்டில் என்னதான் பார்த்துக் கொண்டிருக்கிறாளோ!

உட்கார்ந்த நிலையில் அவளது இடுப்பில் மெல்லியதாக ஒரே ஒரு மடிப்பு விழுந்திருந்தது. இன்னும் அவள் என்னைக் கவனிக்கவில்லை. டிக்கெட்டின் மறுபக்கம் பார்த்துக் கொண்டிருந்தாள். கூந்தல் கலைந்திருந்தது. அலுவலகத்திலிருந்து ஒரு மணி நேரம் பெர்மிஷன் போட்டுவிட்டு வந்திருக்கக்கூடும். கொஞ்சம் வியர்வையோடு இருந்தாள். முகத்தில் களைப்பு பரவி, அதுவே இயல்பு என்றாற்போல் பாவம் காட்டியது. மிகவும் எளிமையாக இருந்தாள். அந்த எளிமையே அவளை அலங்கரித்தது. இடது கையில் கறுப்பு வாரிணைந்த சிறியதான காபித்தூள் வண்ண வட்டவடிவக் கடிகாரமும், வலது கையில் இரண்டு மெல்லிய வளையல்களும், கழுத்தில் ஒரு டாலர் செயினும் வளைந்து நெளிந்து கிடந்தன. காதில் தலைகீழ் குடைபோலிருந்த ஜிமிக்கிகள் சும்மா சும்மா ஆடிக் கொண்டிருந்தன.

குதிகாலுயராத செருப்பைக் கழற்றியும் கழற்றாமலும் வைத்திருந்தாள். பக்கத்திலிருந்த ஹேண்ட் பேகில் 'அன்னை இட்ட தீ' என்ற

புத்தகம் எட்டிப் பார்த்தது. வெளியே நின்றிருந்த எங்கள் அலுவலக ஜீப்பின் மேலிருந்து திடீரென ஒரு காக்கை தொடர்ந்து யாரையோ அழைப்பதுபோல் குரல் கொடுக்கவும் திடுக்கிட்டு நிமிர்ந்தவள், பக்கவாட்டில் நின்றிருந்த என்னைப் பார்த்ததும் பதறாமல் எழுந்து நின்று அளவோடு புன்னகைத்தாள்.

"ஹலோ ... வாங்க ..."

பதில் சொல்லாமல் மீண்டும் புன்னகைத்தாள்.

"உள்ளே வாங்களேன் ..."

முகத்தில் சங்கடம் தெரிந்தது.

"பெர்மிஷன் போட்டுட்டு வரவா?"

பதறினாள்.

"இல்லை ... வேணாம் ... இங்க எங்கேயாவது ...?"

சிரித்தேன். என்ன நினைத்தாளோ?

"வாங்க ... கேன்டீனுக்குப் போய் ஒரு மோசமான டீ சாப்பிடுவோம்..."

அலுவலகத்தின் பின்புறம் இருந்த வளைவில் அவள் தோளோடு உராய நேர்ந்த அந்தக் கணத்தை ரசித்தேன். அவள் திரும்பிக் கவனமாக, "ஸாரி ..." என்றாள். அவளது கூந்தலிலிருந்து ஒரு கசங்கிய மல்லிகைப் பூ மண்ணில் உதிர்ந்தது. அந்தப் பூவை எடுக்கத் தோன்றியது.

கேன்டீனில் கடைசியிலிருந்த எதிரெதிர் இருக்கைகளில் அமர்ந்தோம். ஸ்டிக்கர் பொட்டினைத் தலைகுனிந்து எடுத்துவிட்டு கைக்குட்டையால் அழுந்த முகம் துடைத்துப் பொட்டை மீண்டும் புருவங்களுக்கிடையே அமர்த்தினாள். ஞாபகமாக கைக்குட்டையை மடித்து ஹேண்ட் பேகில் வைத்தாள். அவளது அடுத்த நடவடிக்கை ஒரு புன்னகை.

கேன்டீனில் கூட்டமில்லை. கந்தசாமியும், மைக்கேலும் சிகரெட் புகைத்துக் கொண்டிருந்தார்கள். சற்றுத் தள்ளி அலுவலக பியூன் மயில்வாகனம், டீ ஆற்றிக் கொண்டிருக்கும் ராம்ஜியிடம் அரசியல் பேசிக் கொண்டிருந்தான். ராம்ஜியிடமிருந்து கிளம்ப மறுக்கும் லாரி இன்ஜின்போல சிரிப்பு வந்து கொண்டிருந்தது.

ஒரு சோப்பு விளம்பரப் பனியனை உலக அழுக்கோடு போட்டிருந்த ஜக்கு கேள்விக்குறி ஏதுமின்றி அவனது வருகையே விசாரிப்புபோல் வந்து நின்றான். திடீரென ஞாபகம்வந்தாற்போல் கக்கத்தில் சொறிந்து கொண்டான்.

"ரெண்டு டீ... அதுக்கு முன்னால ஏதாவது சாப்பிடலாமா..."

"ப்ளீஸ்..."

சில வண்ணங்களிலான கேக்குகள் நான்கும், எண்ணெய் மினுமினுப்பும் முனைகள் கூர்மையாயும் உள்ள சமோஸாக்கள் நான்கும் உண்மையான வண்ணத்தைக் கண்டுபிடிக்க முடியாத வகையிலான பிளாஸ்டிக் தட்டில் வைக்கப்பட்ட உடன் அவள் ஒரு கேக்கையும், ஒரு சமோஸாவையும் ஏதோ இதற்காகவே வந்ததுபோல் சாப்பிட்டாள். உள்ளூரப் புன்னகையோடு அவள் சாப்பிடுவதை பார்த்துக் கொண்டிருந்தேன். மதியம் அவள் சாப்பிட்டிருக்க மாட்டாள் என ஊகித்தேன்.

“ஏதாவது ப்ராப்ளமா?”

அவள் சாப்பிடுவதை நிறுத்திவிட்டு என்னைப் பார்த்தாள். முகத்தில் வருத்தம் மிகுந்த ஒரு குறிப்புத் தோன்றியது.

“இப்படி உங்களப் பாக்க வந்தது தப்பா?”

அவளது கேள்வி பரிதாபமாக இருந்தது.

“என்ன புதுமைப்பித்தன்லாம் படிக்கிறீங்க... சின்னப் பிள்ளைமாதிரி பேசறீங்க... அடிக்கடி வாங்க...”

அவளது முகத்தில் வினோதமான ஒளி படர்ந்தது. ஓரக்கண்ணால் ‘அன்னை இட்ட தீ’ பேக்கிலிருந்து சற்றே நீட்டிக் கொண்டிருந்ததை பழைய புன்னகையோடு கவனித்தாள்.

“வந்து ... உங்களுக்கு ... என்னைப் புடிச்சிருக்கா...”

வந்த சிரிப்பை அடக்கிக் கொண்டேன்.

‘ரொம்பப் பிடிச்சிருக்கு... உங்களுக்கு எப்படி?”

பதில் சொல்லவில்லை.

டீக்கோப்பைகள் வந்தன.

“சாப்பிடுங்க ...” என்றபடி ஒரு கோப்பையை எடுத்துக் குறைவான சத்தத்துடன் உறிஞ்சினேன். அவளும் எடுத்துக் கொண்டாள்.

“ரொம்பப் பிடிக்கிற அளவுக்கு என்ன இருக்கு?”

மீண்டும் கைக்குட்டையை எடுத்து முகத்தில் அங்கங்கு ஒற்றிவிட்டு தேநீர் அருந்தினாள். ஒரு சிகரெட் பிடித்தே ஆக வேண்டுமென்ற மன உந்துதலை என்னால் தவிர்க்க முடியவில்லை. “எக்ஸ்க்யூஸ் மீ” என்றபடி ஒரு சிகரெட்டைப் பற்ற வைத்தேன். அவள் அதைக் கண்டுகொள்ளவே இல்லை.

“சொல்லுங்க ... ஏன் அப்படி கேட்டீங்கனு நா தெரிஞ்சிக்கிறலாமா? சும்மா ஒரு க்யூரியாஸிட்டினா ஓகே ...”

“பாக்கும் பார்வையிலேயே இதெல்லாம் ஜட்ஜ் பண்ணிறலாம்...” என முணுமுணுத்தவள் இமைகள் படபடக்க சிறிதுநேரம் தலைகுனிந்திருந்தாள். பின் சட்டென்று, “என்னைப் பிடிக்கலைனு உங்க வீட்ல சொல்ல முடியுமா?” என்று கேட்டாள். மனக்கலக்கத்தைத் தடுப்பதற்காகவோ, தடுமாற்றத்தை தடுப்பதற்காகவோ கீழுதட்டை மேல்வரிசைப் பற்களால் கடித்தாள். ஆனால் பார்வை மட்டும் என் கண்களை நேர்கொண்டிருந்தது.

விசித்திரமான பயமொன்று என் மனதைக் கவ்விக் கொண்டது. பேசத் தோன்றாத அதிர்வு நிலை. அவளது பார்வையைக் குழப்பத்தோடு சந்தித்தேன். இப்படி நேருக்கு நேர் பார்க்கும் பெண் தெளிவானவள்; நேர்மையானவள். இவள் கிடைக்காமல் போய்விடுவாளோ என்ற கவலை மனதில் பிளாட்டிங் காகித மைபோல் பரவத் தொடங்கியது.

“ஸாரி ... என் சூழ்நிலை ...”

சிகரெட்டை இழுத்து ஊதிவிட்டு ஜன்னல் பக்கம் சென்று சுவரில் அழுத்தி அணைத்துவிட்டு எறிந்தேன். இப்படி நிறையப்பேர் அணைத்த தடயங்கள் அங்கு ஒரு நூதன ஓவியம்போல் காணப்பட்டது.

“நான் பேசறத வச்சு என்னை நீங்க தப்பா நெனைக்கக்கூடாது ... ப்ளீஸ்...”

தலையைப் பக்கவாட்டில் அசைத்தவாறு அவள் பீடிகை போட்டது அழகாக இருந்தது. மனதினுள் ஏக்கம் காட்டுத்தீயெனப் பரவியது. அவளைத் தொடர்ந்து பேசச் சொல்லி ஜாடையில் ஊக்குவித்தேன்.

“நான் யாரையோ காதலிக்கிறதா நீங்க நினைக்கிறீங்கதானே?”

“இல்ல... அப்படிக் காதலிக்கிறதா இருந்தாலும் அது ஒண்ணும் அவ்வளவு பெரிய ப்ளண்டர் இல்ல ...”

அவள் என்னைக் கூர்ந்து பார்த்துவிட்டு நிதானமாகப் பேசத் தொடங்கினாள்.

“உங்க அம்மா கேக்கிற வரதட்சணைத் தொகை ஐம்பதாயிரத்தை எங்க அப்பாவால தரமுடியாது. ஐம்பது சவரன் நகையும் சாத்தியமில்ல. வீட்ல மொத்தமே அவ்வளவுதான் இருக்கும். எனக்கு ஒரு தங்கையுமிருக்கா...”

சற்றே மூச்சுவாங்கியதில் அவளது நெஞ்சு ஏறி இறங்கியது. நான் அவமானமாக உணர்ந்தேன். இந்தப் பெண்ணிடம் இப்படி நிற்க வைத்துவிட்டாளே அம்மா!

“எக்ஸ்கியூஸ் மீ... இன்னைக்கு காலைல உங்க அப்பா எங்க வீட்டுக்கு வந்து கல்யாணத்துக்கு ஏற்பாடு செய்யலாம்னு சம்மதம் சொல்லிட்டுப் போனாரே ...”

அவளது கண்கள் கலங்கி, கண்ணீர்த் துளிகள் கீழிறங்காமல் இமைகளுக்குள்ளேயே தெப்பங்கட்டி நின்றது கண்கொள்ளாக் காட்சியாக இருந்தது.

“அது இன்னைக்குக் காலைல ஸார்... நேத்து நைட் எங்கப்பா அம்மா என்ன பேசிக்கிட்டாங்க தெரியுமா? அதெதுக்குத் தெரியணும் உங்களுக்கு... எங்கப்பா ரிடையர்ட் ஆன பணத்தை வச்சுத்தான் இந்த கல்யாணத்த முடிக்கிறார். இவ்வளவு தொகையை இதுல முடக்கினா, தங்கச்சி கல்யாணத்த எப்படி நடத்துவார்? எங்கப்பா அம்மா அதுக்கு மேல வாழணுமா? வேண்டாமா?”

எனக்கு தூக்கிவாரிப் போட்டது. பேச முயன்ற என்னைத் தடுத்தாள்.

“ஸாரி ஸார்... என்ன சூழ்நிலைனு கேட்டீங்க... பதில் சொன்னேன். ரொம்ப தரித்திரம் பிடித்த குடும்பம்னு நெனக்கிறீங்க. ஒரு சாதாரண ஸ்கூல் வாத்தியாரா எங்கப்பா வாழ்ந்ததோ ரெண்டு பொண்ணு பெத்ததோ அவரோட தப்பா சார்... இல்ல... கல்யாணம் பண்ணிக்குடுக்க நெனச்சது தப்பா ...”

“எக்ஸ்க்யூஸ் மீ ...”

“யூ எக்ஸ்க்யூஸ் மீ சார் ... நா சொல்லி முடிச்சுக்கறேன். நா எவ்வளவு நகை போட்டிருந்தா உங்க அம்மாவுக்கு என்ன? வீட்ட அடமானம் வைக்கிறதா பேசிக்கிறாங்க சார்... எப்படி அடமானத்தை மீட்கப் போறார்... பென்ஷன் பணம் எவ்வளவு சார் வந்திரும் ஒரு வாத்தியாருக்கு?”

மீண்டும் அவளுக்கு மூச்சிரைத்தது. மௌனமாக அவளையே பார்த்துக் கொண்டிருந்தேன். எதிர்பாராத அடி எனக்கு. எவ்வளவு அமைதியாக வந்தவள் கொஞ்சம் கொஞ்சமாக உஷ்ணமாகி இப்போது கண்சிவக்க தகித்துக் கொண்டிருக்கிறாள்.

“உங்கள ரொம்ப பிடிச்சிருக்குனு எங்கம்மாகிட்ட சொன்னேன். நீங்களும் கவர்ன்மென்ட்ல ஜாப்ல இருக்கீங்க. கல்யாண ஏற்பாடு நடக்குது. நா இப்போ சொல்லப்போற வார்த்தைக்கு என்னை மன்னிக்கணும் நீங்க. இதுக்கு நாங்க கொடுக்கிற விலை ரொம்ப ரொம்ப அதிகம் ஸார் ...”

எழுந்துகொண்டேன்... செருப்பாலடித்தது போலிருந்தது. அவள் திகைத்துப் பார்த்துவிட்டுத் தானும் எழுந்து கொண்டாள். தனக்குள் ஏதோ முணுமுணுத்துக் கொண்டாள். இருவரும் பேசாமல் நடந்து வெளியே வந்தோம். ராம்ஜி கணக்கில் குறித்துக்கொள்வதாக சைகை காட்டினான். கூடவே ஒரு இளிப்பு.

“உங்கள நா ரொம்ப சங்கடப்படுத்திட்டேன், இல்ல...” என வேதனையோடு கேட்டவளை ஒன்றும் பதில் சொல்லாமல் திரும்பிப் பார்த்தேன்.

“வேணாம் சார் ... நா உங்களுக்கு வேணாம். இப்பவே உங்க அம்மா மேல எனக்கு எவ்வளவு கோபம் பாருங்க. நா உங்கம்மாவுக்கு எப்படி அடங்கி நடப்பேன்? வேணாம்னு சொல்லிடுங்க. ஏதாவது பொய்க்காரணம் சொல்லிடுங்க. ஒரே ஒரு காரணத்த மட்டும் சொல்லிடாதீங்க. யாரோடயாவது எனக்குக் கல்யாணம் ஆகணும்...”

கைக்குட்டையால் கண்களைத் துடைத்துக் கொண்டாள். நான் பலகீனமாக பேசத் துவங்கினேன்.

“இதெல்லாம் கேட்க எனக்கு வேதனையா இருக்கு ... நானும் என் தங்கச்சியும் சின்னப் பசங்களா இருக்கைலயே எங்கப்பா இறந்துட்டார். எங்கள வளர்த்து தங்கச்சிய கட்டிக்குடுக்க எங்கம்மா பட்ட கஷ்டம் அவுங்கள அவ்வளவு தூரம் இறுக்கமாக ஆக்கியிருக்குங்கிறத நீங்க புரிஞ்சிக்கிடணும் ...”

அவள் குறுக்கிட விரும்பினாள்.

“அவசரப்படாதீங்க ... நா நியாயப்படுத்தல. அவங்க சூழலைச் சொன்னேன். அவங்களும் உங்களமாதிரிப் பெண்தான். நீங்க புதுமைப்பித்தன் படிக்கிறீங்க. அவங்க ரமணிச்சந்திரன் படிக்கிறாங்க. அவ்வளவுதான் வித்தியாசம். என் தங்கச்சியக் கட்டிக்குடுக்க இதே ஐம்பதாயிரம் ரூபாயும் ஐம்பது பவுன் நகையும் தயார் பண்ணின கஷ்டம் அவுங்களுக்கும் இருக்கும். அதனால அப்படிப் பேசறாங்க. நா அவுங்களப் போய் திடீர்னு திருத்திட முடியாது ...”

“சார்... மன்னிக்கனும்... நான் அவுங்கள திருத்தச் சொல்லலையே...”

“நீங்க அப்படிச் சொல்லலை. உங்களைப் பிடிக்கலைனு சொல்ல நா தயாரா இல்ல. இப்ப பேசிக்கிட்டு இருக்கறப்பதான் உங்கள அதிகமா நேசிக்கிறேன்...”

பேச்சை நிறத்தினேன். அவள் சாலையில் ஒரு லாரி நிறைய கோஷம் போட்டுப் போகும் ஜாதித் தொண்டர்களை பார்த்துக் கொண்டிருந்தாள். முகத்தில் மாற்றம் இல்லை. திடீரென்று என்னை நோக்கி, “அப்ப என்னதான் சொல்றீங்க?” என்றாள் கெஞ்சும் குரலில்.

“ம். அப்படிக்கேளுங்க... நா லோன் போட்டு உங்களுக்கு ஒரு லட்சம் தர்றேன். பொறுமையா கேளுங்க... இதுல ஐம்பதாயிரம் எங்கம்மாகிட்ட குடுங்க. நா எங்கம்மாவுக்குப் பணம் குடுக்கக்கூடாதா? அந்த மாதிரி எடுத்துக்கிருங்க. இன்னொரு ஐம்பதாயிரத்துக்கு நீங்க நகை வாங்கிகிருங்க. வருங்கால மனைவிக்கு நா கிஃப்ட் தரலாம்ல... அது ஒன்னும் தப்பில்லையே...”

என்னையே உற்றுப் பார்த்தாள் ‘மழை வருமோ?’ என்பதுபோல் வானத்தை பார்த்தாள். மேகங்களும் கருகருவென குவிந்து வந்துகொண்டுதான் இருந்தன .

"என்ன பதிலே இல்லை?"

பதிலாக ஒரு புன்னகை.

"இவ்வளவு தூரம் என்னை விரும்புற ஒருத்தர என்னால கல்யாணம் பண்ணிக்க முடியாதத நெனச்சு ரொம்ப வேதனைப்படறேன் சார்... நான் கௌம்புறேன். உங்களோட அன்பான மனசுக்கு நல்ல மனைவி கிடைப்பாள். ரொம்ப நன்றி..."

பேருந்து நிறுத்தத்தை நோக்கி விரைந்தவளைப் பார்த்தபோது, ஏனோ, மீண்டும் அவள் என்னை வந்து சந்திப்பாள் என்று தோன்றியது.

●

9

மயங்கும் மனங்கள்

வானத்திலிருந்து நீர்த்துளிகள் தூவானமிட்டபோது வசந்தா மொட்டைமாடியில், தரையில் எதுவும் விரிக்காமல் படுத்திருந்தாள். அவள் ரசித்துக் கொண்டிருந்த விண்மீன்கள் கொஞ்சம் கொஞ்சமாகக் காணாமல் போயிருந்தன. புதிதாக வந்திருந்த அடர்த்தி குறைந்த இருட்டு பயமுறுத்தவில்லை. துணிகள் காய்ந்துகொண்டிருப்பது அவளுக்கு நினைவுக்கு வந்தது. மழை வருவதுபோல் தெரியவில்லை. இப்படியே தூவானம் நீடித்தால் நன்றாகத்தான் இருக்கும். மழை வந்தால் சந்திரன் எப்படி வீடு வரமுடியும்? பேருந்து நிலையத்திலிருந்து ஆட்டோவில் வருவதாக இருந்தாலும் ஆட்டோ நிலையம் வரை நனைந்துதானே ஆக வேண்டும். 'பாவம் ... தலைமுடி வேறு நிறைய இருக்கும்' என்று நினைத்துக் கொண்டாள்.

மாடிப்படியில் காலடி ஓசை கேட்டது. வசந்தா கூர்ந்து கவனித்தாள். ஷோபனாதான் வருகிறாள். அப்பாவின் காலடி ஓசை திடமாக இருக்கும். அம்மா காலை தேய்த்துத்தேய்த்து ஏறிவருவாள். பூப்போல வருவதனால் ஷோபிதான். வசந்தாவிற்கு தங்கையை மிகவும் பிடிக்கும். யாருக்கும் இப்படி ஒரு தங்கை அமைவது கஷ்டம்தான். அக்கா உடன் போட்டிக்கு வருவதில்லை. கோள் சொல்லத் தெரியாது. சண்டை போட்டதே கிடையாது. படிப்பு, புன்னகை, தூக்கம். என்ன... சிலசமயம் நேரம் காலம் தெரியாமல் ஏதாவது பேசி வைப்பாள். பாவம் ... எட்டாம் வகுப்புதானே படிக்கிறாள்? வசந்தா கல்லூரியில் சேர்ந்த பின்னர்கூட இப்படி ஏதாவது பேசி அப்பாவிடம் திட்டு வாங்கிக் கொண்டிருப்பாள். அப்பாவுக்கும் எதற்கெடுத்தாலும் ஏன்தான் அப்படி கோபம் வருகிறதோ, அவளுக்குத் தெரியவில்லை.

வெ.சுப்ரமணிய பாரதி

சந்திரனுக்குக் கோபமே வராது. நமுட்டுச் சிரிப்புதான். கூடவே வளர்ந்து வரும் மீசையை ஒழுங்கோடு ஒரு தடவல், தேவையின்றி ஒரு செறுமல், மிகவும் குறைவான பேச்சு.

சுப்பிரமணியன்தான் சிறுவயதிலிருந்தே சந்திரனை வளர்த்து வந்தார். தாயில்லாப்பிள்ளையான அவன், தந்தையையும் இழந்தநிலையில், நெருங்கிய உறவினர்கள் யாரும் அவனை வளர்க்க முன்வராத சூழலில், சுப்பிரமணியன் பரிதாபப்பட்டு வீட்டுக்கு அழைத்து வந்தார். ஆண் குழந்தை இல்லாத புவனேஸ்வரியும் கொஞ்சம் யோசனையோடு அவனை ஏற்றுக் கொண்டாள். அவளுக்கு வீட்டு வேலைக்கு மிகவும் உதவியாக இருந்தான். படிப்பும் நன்றாக வந்தது. தன்னைவிட நன்றாகப் படிக்கும் பொறாமையால் வசந்தா அடிக்கடி அவனைத் திட்டுவதும் விரட்டுவதுமாக இருப்பாள். எல்லாவற்றிற்கும் அவனுடைய பதில் அந்த நமுட்டுச் சிரிப்புதான்.

வீட்டிற்கு வரும் உறவினர்களெல்லாம் ஜாடையாக புவனேஸ்வரியை வீட்டிலேயே மகளுக்கு மாப்பிள்ளையை வளர்ப்பதாக பொறாமையும் ஏளனமுமாக சொல்லிக் காட்டுவதை வசந்தா கவனித்திருக்கிறாள். பேனா, பென்ஸில், ரப்பர், ஜியாமெட்ரி பாக்ஸ், வெள்ளைத் தாள் எல்லாவற்றையும் தொலைத்துவிட்டு, சந்திரனுடையதைத்தான் அவள் பறித்துக் கொள்வாள். அவளுக்குப் பதில் அவன் திட்டு வாங்குவது வழக்கமாதலால் அவனை அவளுக்கு ரொம்பப் பிடிக்கும். அப்போதெல்லாம் நல்லபிள்ளை மாதிரி இருந்து கொள்வாள்.

வசந்தாவுக்கு உடல்நலம் சரியில்லாதபோதெல்லாம் அவளை கவனிக்கும் பொறுப்பு சந்திரனுக்குத்தான். எதற்கெடுத்தாலும் எரிந்து விழுவாள். பதிலுக்கு சிரிக்கும் அவனைப் பார்த்தால் அவளுக்கு கோபம்தான் வந்து தொலைக்கும். வசந்தா பெரியவளானதும், வயசுப்பையனைக் கூடவே வைத்திருக்கக்கூடாது என உறவினர்கள் ஆட்சேபித்தார்கள்.

அவனை வேறு எங்கே வைப்பது? பூப்புனித நீராட்டு விழா வேலைகளெல்லாம் சந்திரன்தான் செய்தான். தன்னிடமிருந்து சந்திரனை எல்லோரும் விலக்கச் சொல்லுவதிலிருந்து எதையோ புரிந்துகொண்டாள். புரிந்துகொண்ட ஏதோ ஒன்று புரியாத ஏதோ ஒன்றை நோக்கித் தள்ளியது.

சந்திரனை வேலை வாங்குவதை அம்மாவிடமிருந்து கற்றுக்கொண்ட வசந்தா, தான் பெரியவளானதும், அதையே ஓர் ஆவலோடும், உரிமையோடும் தொடர்ந்தாள். சந்திரனைப் பொறுத்தவரை அதே நமுட்டுச் சிரிப்புதான். ஷோபனா, சந்திரனை எப்போது பார்த்தாலும் பாவமாய்ப் பார்ப்பாள். அவனுடைய புன்னகைக்கும் அவளுடைய நமுட்டுச் சிரிப்புக்கும்தான் எத்தனை வேறுபாடு.

கம்ப்யூட்டர் பட்டப்படிப்பில் சந்திரன் தங்கப்பதக்கம் பெற்று வெற்றிபெற்றான். வீட்டில் அந்த வெற்றியை தீபாவளிபோல கொண்டாடினார்கள். அடுத்த மாதமே ஒரு தனியார் நிறுவனத்தில் கை நிறைய சம்பளத்தோடு அப்படித்தான் புவனேஸ்வரி சொல்லிக் கொண்டிருந்தாள் வேலை கிடைத்தது. வேலையில் சேர பத்து நாட்கள் இருந்தபோது சந்திரனிடம் வசந்தா பேசும் பாணியே மாறிப்போனது. ஒரு காலைப்பொழுதில் மொட்டை மாடியில் கைப்பிடிச்சுவர்மேல் கைவைத்து மேலேறிவரும் சூரியனைப் பார்த்துக் கொண்டிருந்தான் சந்திரன். பக்கத்தில் வந்து அவன் தோளில் மெதுவாகத் தன் வலது கையை வைத்தாள் வசந்தா.

“என்ன சந்துரு ... சென்னைக்குப் போனபின்னே எங்களையெல்லாம் ... ஞாபகம் இருக்குமா?”

எப்போதும் ‘போ ... வா’ எனப் பேசுபவள் இப்போது மரியாதை வளையத்திற்கு மாறவும் முடியாமல் பழைய அலைவரிசையில் பேசவும் முடியாமல் எல்லைக்கோட்டில் திணறுவதை ரசித்தான் சந்திரன்.

“சென்னைக்குப் போனா என்ன ... ஆளா மாறிடுவாங்க... நான், நான்தானே வசந்தா?”

“நீங்கதான்... என்னோட ஞாபகம் வருமான்னு கேட்டேன்...”

சத்தமாகச் சிரித்தான் சந்திரன். அவளுக்கு மிகவும் வெட்கமாகப் போய்விட்டது. ‘மிகவும் வெளிப்படுத்திக் கொண்டோமோ’ என தன்னையே கடிந்துகொண்டாள்.

“என்ன சிரிப்பு?”

“ஒண்ணுமில்ல... திடீர்’ மரியாதைலாம் எங்கேயிருந்தோ வந்து குதிச்சுருக்கே... அதான் சிரிச்சேன்.”

வசந்தாவும் சிரித்தாள்... மெதுவாக! அவனோடு சேர்ந்து இதுமாதிரி பலநூறு வருஷங்களுக்கு முன்னே இந்த இடத்தில் சிரித்துக் கொண்டிருந்ததாக மூளையில் ஓரத்தில் ஓர் எண்ணம் தோன்றி மறைந்தது. பிறகு அப்படி ஓர் எண்ணம் தோன்றியதா என்ற சந்தேகத் தளிரும் அவளுக்குத் தோன்றியது. கீழே ஓடிப் போய்விட்டாள்.

பிறகு ஊருக்குக் கிளம்புமுன் சொல்லிக்கொள்ள அவளது அறைக்கு வந்தான். அப்போது அவள் அஸைன்மென்ட் எழுதிக் கொண்டிருந்தாள். அவன் அப்படி வருவானென எதிர்பார்க்கவும் இல்லை. வால்மாதிரி கூடவே ஷோபனாவும் வந்திருந்தாள்.

“வசந்தா... கெளம்புறேன்... போய் லெட்டர் போடுறேன்... புதுக்கம்பெனி... அடிக்கடி வரமுடியாது... லீவு கிடைச்சதும் வருவேன்.”

அவனாக அவ்வளவு நீளம் பேசியது அதுவே முதல் தடவை. அவனை நிமிர்ந்து பார்க்க வெட்கமாக இருந்தது. ஆசையாகவும்... தலையசைத்தாள். "இந்த ஷோபிக்குரங்கு நகரமாட்டேங்குதே..."

பிறகு தீபாவளிக்கு முந்திய நாள் வந்தான். விடுப்பு கிடைக்கவில்லையாம். "என்ன வசந்தா... சௌக்கியமா? ஏன் இப்படி மெலிஞ்சிட்ட..." என்று போகிற போக்கில் ஒரு கேள்வி. 'எல்லாம் உன்னாலதான்டா ராஸ்கல்...' என்று நினைத்துக் கொண்டாள்.

நினைத்ததையெல்லாம் சொல்லவா முடிகிறது? ஷோபி டான்ஸ் ஆடியதைக் கொட்டாவி விட்டுக்கொண்டே பார்த்தான். சுப்பிரமணியன் அவனை ஓய்வெடுக்கச் சொன்னார். இதற்காகவே காத்துக்கொண்டிருந்தது மாதிரி போய்ப் படுத்தவன் சாயங்காலம்தான் எழுந்தான். பொங்கலுக்கு வந்தபோதும் இதே கதைதான்.

கரும்பை வெட்டாமல் அப்படியே பல்லால் கடித்து அவன் இழுப்பதை ஷோபி 'ஆ' என்று பார்க்கும். அப்பாவும், அம்மாவும் சந்திரனை விழுந்து விழுந்து உபசரிப்பார்கள். எதற்கு என்று தனக்குத் தெரியும் என உள்ளுக்குள் வசந்தா புன்னகைப்பாள். பழைய புவனேஸ்வரியை அவ்வப்போது ஒப்பீடு செய்துகொள்வாள். ஆனால் சந்திரனைப் பொறுத்தவரை அதே நமுட்டுச் சிரிப்புதான்.

இப்போது எந்த விசேஷமுமில்லாமல் திடீரென சந்திரன் வருகிறான் என்றால், என்னவாக இருக்கும்? வசந்தாவின் படிப்பு முடிந்துவிட்டதால் திருமண ஏற்பாட்டிற்காகத்தான் தன் பெற்றோர்கள் அவனை அழைத்திருப்பார்கள் என்று புரிந்து கொண்டாள். தன் எண்ணங்களின் மடிப்புகளில் அவளே விழுந்து நெரிசலுக்கு உள்ளானாள்.

"அக்கா..." என பொறுமையிழந்து அழைத்தாள் ஷோபனா. கைகளை இடுப்பில் வைத்து பொய்யாக முறைத்துக் கொண்டிருந்தாள். தூவானம் வேறு தூறலாக மாற எத்தனித்தது.

"என்ன ஷோபி?"

"என்னவா? மொட்டைமாடில என்ன பண்ற? தூறல் வேற விழுந்துக்கிட்டிருக்கு ... சந்துரு வந்தது உனக்கு தெரியவே தெரியாதா?"

கண்களில் குறும்பு கொப்பளிக்கக் கேட்ட தங்கையை அணைத்துக்கொள்ளத் தோன்றியது அவளுக்கு.

"பொய் சொல்லாதே குட்டி ... ஆட்டோ வந்த சத்தமே கேக்கலையே?"

நறுக்கென்று ஒரு புன்னகைக் கீற்றை வெளியிட்டாள் ஷோபனா.

"ஆட்டோவா? ஆட்டோ எங்க வந்துச்சு? சந்துரு நடந்துல்ல வந்துச்சு... வா போவம் ..."

ஷோபனாவோடு வேகமாக கீழிறங்கும்போது கடைசிப்படி வழுக்கி விழுந்தாள் வசந்தா. இடுப்பில் சரியான அடி. தொடையில் படி உரசி எரிச்சல் மிகுந்தது. ஷோபனா ஹாலுக்கு ஓடியிருந்தாள். பல்லைக் கடித்துக் கொண்டு அவளின் பின்னே போனாள் வசந்தா.

"என்ன வசந்தா... ஆளையே காணோம்? எப்படி இருக்கிற? ஃபர்ஸ்ட் கிளாஸ் கிடைச்சுருமா?"

இயல்பாகச் பேசிய சந்திரனுக்கு அதிகபட்சமாக அவளால் தலையசைக்கத்தான் முடிந்தது.

"வாங்கனு கேட்டியா...? சந்துரு... இவ முன்னமாதிரி இல்ல... இப்ப வாயையே காணோம்... ஒரு பொட்டு சத்தம் வரணுமே... ம்ஹூம்..." அம்மாவின் சிரிப்பில் இன்னும் சுருங்கினாள் வசந்தா.

சுப்பிரமணியன் ஏதும் பேசாமல் சந்திரனை பார்த்துக் கொண்டிருந்தார். சந்திரனும் சிறிதுநேரம் தன் கால்விரல்களை அசைத்துக்கொண்டே மௌனமாக பேசிக் கொண்டிருந்தான்.

"திடீர்னு நீ வர்றதா தந்தி குடுத்தோன்ன எனக்கு ஒன்னும் புரியல ... நானும் உன்கிட்ட பேசணும்னு நெனச்சிகிட்டு இருந்தேன். நீயே வந்தது நல்லதாப் போச்சு... சொல்லு ... என்ன விஷயம்?" என்று தலைவலி தைலத்தை நெற்றியில் தேய்த்தவாறு கேட்டார் சுப்பிரமணியன்.

"மாமா... எனக்கு உங்கள விட்டா வேற யாரும் இல்ல மாமா... பத்து வயசுல அம்மா அப்பா இல்லாத அனாதையா செத்தவீட்ல அழுதுகிட்டிருந்த என்னை நீங்க சோறு போட்டு வளர்த்து படிக்க வச்சத சாகிற வரைக்கும் மறக்க மாட்டேன் மாமா..."

இந்த இடத்தில் சந்திரன் கண் கலங்கியது. வசந்தாவுக்கும் அழுகை வரும் போலிருந்தது. சுப்பிரமணியன் பெருமையோடு மனைவியைப் பார்த்துவிட்டு, "இதலாம் எதுக்குப்பா மூணாம் மனுஷன்மாதிரி பேசிக்கிட்டு. நீ விஷயத்துக்கு வா..." என்றார் பெருந்தன்மை காட்டும் முகத்தோடு.

"வந்து மாமா... எங்க ஆஃபீஸ்லகூட வேலை பாக்குற மைதிலிங்கற பொண்ணுக்கும் எனக்கும் கொஞ்சம் சினேகமாயிட்டு..."

சந்திரனின் இந்த ஆரம்பமே அந்த இடத்தின் வெப்பநிலையை பேரிரைச்சலோடு அதிகரித்தது. புவனேஸ்வரியின் கண்கள் சந்திரனை நோக்கி வெறித்தன. அவளுடைய முகத்தைப் பார்த்தால் கதறிவிடுவாள் போலிருந்தது.

புடவைத் தலைப்பை இரு கைகளால் இழுத்துக் கொண்டிருந்தாள். அவளது மூச்சு வேகமாக அதிகரித்து திணறும் அளவுக்கு கொண்டு

வந்திருந்தது. டியூப்லைட்டின் கீழ் ஒரு சிறுபூச்சியை வாலிழந்த பெரிய பல்லியொன்று 'லபக்'கென விழுங்கிக் கொண்டிருந்தது.

ஷோபி பரபரப்போடு அக்காளைப் பார்த்தாள். வசந்தாவுக்கு வலியும் எரிச்சலும் போன இடம் தெரியவில்லை. ஒரு விநாடி சந்திரனைப் பார்த்துவிட்டு வசந்தா அந்தப் பல்லியையே பார்த்துக் கொண்டிருந்தாள். ஏனோ திடீரென்று சத்தம் போட்டுச் சிரிக்க வேண்டுமென்று அவளுக்குத் தோன்றியது. பயந்து விடுவார்கள். ஓரக்கண்ணால் அப்பாவைப் பார்த்தாள். அவருடைய முகபாவனை யிலிருந்து எப்போதும் எண்ணங்களை மதிப்பிட முடியாது. அவர் கூர்மையாய் சந்திரனையே பார்த்துக் கொண்டிருந்தார். சாதாரண துவக்கப்பள்ளித் தலைமையாசிரியரான அவர் தன்னால் உருவாக்கப்பட்டு வளர்ந்த பலநூறு மாணவர்களில் ஒருவனைப் பார்ப்பது போன்ற பெருமிதத்தை நீட்டித்தார்.

"உங்கள்ட்ட சொல்லணும்னு நெனச்சுக்கிட்டே இருக்கிறதுதான்... எப்படிச் சொல்றதுங்கற தயக்கம், பயம்... இழுத்துக்கிட்டே இருந்துச்சு... இந்த நேரத்துல மைதிலி வீட்ல லைட்டா சொல்லியிருக்கா... கன்னா பின்னான்னு சத்தம் போட்டு பெரிய பூகம்பமே வந்திருச்சாம்..."

சந்திரன் 'பூகம்பம்' என்ற உடன் வசந்தா தன் நெஞ்சைத் தொட்டுப் பார்த்துக் கொண்டாள். புவனேஸ்வரி அப்படியே சரிந்து சுவரில் சாய்ந்து உட்கார்ந்து கொண்டாள். சுப்பிரமணியன் சைகையால் அவனைத் தொடரச் சொன்னார்.

"எங்களுக்கு வேற வழி இல்லாமப் போச்சு. நேத்து நாங்க ரிஜிஸ்டர் மேரேஜ் பண்ணிக்கிட்டோம் ..."

சுப்பிரமணியனின் முகம் மலர்ந்தது. ஒரு தூரத்திலேயே வழக்கமாகப் பேசும் அவர் சந்திரனை நோக்கி தன் கையை நீட்டி அவன் கையைக் குலுக்கினார்.

"ரொம்ப சந்தோஷமான சமாச்சாரத்தை ஏன் இவ்வளவு சோகமாகச் சொல்லுற சந்துரு? என்ன நாங்கள்லாம் உன் கல்யாணத்தப் பார்க்க முடியாமப் போச்சு..."

சுப்பிரமணியனின் மகிழ்ச்சிகரமான குரலில் முகம் மலர்ந்தான் சந்திரன். புவனேஸ்வரி ஒன்றும் பேசாவிட்டாலும் சிரிக்கத்தான் செய்தாள். ஷோபனா "கங்கிராட்ஸ்" என்றது. அவளுக்கு சிரித்தவாறு. நமுட்டுச் சிரிப்பாக இல்லை, தெளிவான சிரிப்பாக.. நன்றி சொன்னான் சந்திரன். வசந்தா உள்ளே போயிருந்தாள். எப்போது போனாள்?

"மாமா... நீங்க என்ட்ட ஏதோ பேசணும்' சொன்னீங்களே..."

சுப்பிரமணியன் கொஞ்சம் தடுமாறிவிட்டார். பின்னர் சமாளித்துக்கொண்டே, "ஒண்ணுமில்லேப்பா... உனக்கு வயசாகிக்கிட்டே

போகுதே... கல்யாணத்துக்குப் பொண்ணு பாக்கலாமான்னு கேக்கணுன்னு நெனச்சிகிட்டு இருந்தேன்... பருத்தி புடவையாய்க் காய்ச்சமாதிரி நீ வரும்போதே நல்ல சேதியோட வந்திருக்க... வெரிகுட்... சரி, எப்போ எங்களுக்கு, அந்தப் பொண்ணு பேரென்ன, மாதவியா..." சந்திரன் குறுக்கிட்டு, "மைதிலி" என்றான். "ஆங்... மைதிலிய காட்டப் போற?"

சந்திரனின் முகம் மலர்ந்தது.

"ரெண்டு பேரும்தான் வந்திருக்கோம் மாமா. நீங்க என்ன சொல்லுவீங்களோன்னு யோசிச்சிக்கிட்டு அவள செண்பகவள்ளி அம்மன் கோயில்ல விட்டுட்டு நான் மட்டும் வந்தேன்" என்று சந்திரன் நிறுத்தியபோது புவனேஸ்வரி வெகுண்டு எழுந்தாள்.

"என்னடா இப்படிச் செஞ்சிட்ட, பாவி... வீட்டுக்கு வந்த பொண்ண கோயில்ல விட்டுவர எப்படி ஒனக்கு மனசு வந்துச்சு... இதான் நீ படிச்ச லெச்சணமா... வா... போய் பொண்ணக் கூட்டிட்டு வருவோம்" என சந்திரனை இழுத்துக் கொண்டு புவனேஸ்வரி கிளம்பியபோது வெளியே மழை வேகம் பிடித்திருந்தது.

●

10

மரணித்த கணவனின் டைரி

சங்கீதாவிற்கு தூக்கம் வரவில்லை. நேரம் ஒன்றோ இரண்டோ இருக்கலாம். கட்டிலில் புரண்டும் தூக்கம் வந்தபாடில்லை. முன்பெல்லாம் இப்படிச் சுதந்திரமாக புரளமுடியாது. கட்டிலின் இடது ஓரம்தான். முக்கால் கட்டிலில் கால்களை மடித்து சுகுமாரன் படுத்துக் கொள்வான். அவன் மேலும் அவள் தூங்கும்போது மட்டும் பட்டுவிடக்கூடாது. எரிச்சல்படுவான். இந்த கவனத்தோடே படுத்திருப்பதால் பல நாட்கள் அவளுக்கு ஆழ்ந்த தூக்கம் இருக்காது. இப்போது சுகுமாரன் இல்லை. சிறு வயதில் அவளுக்குப் பிடித்தமாதிரி நன்றாக உருளலாம். உருளத்தான் செய்கிறாள். உறக்கம்தான் இல்லை. எழுந்து உட்கார்ந்தாள். வெளிர்நீல வண்ணத்தின் இரவு விளக்கு எரிந்தது. சுகுமாரனுக்குத் தூங்கும்போது இரவு விளக்கு எரியக்கூடாது.

சுகுமாரன் ஒன்றும் பிடிவாதக்காரன் இல்லை. இன்னும் சரியாகச் சொல்லப்போனால் அனுசரித்துப் போகக்கூடியவன்தான். இருந்தாலும் அவனுக்கு பிடிக்காததைச் செய்யக்கூடாது என்று கவனமாக இருப்பாள். அவன் கொஞ்சும் முகம் சுண்டிவிடக்கூடாது. அது இவளைக் கவலைப்படச் செய்யும். சுகுமாரன் எந்த வேலையைச் செய்தாலும் பரபரப்போடு செய்வான். செய்து முடிக்கும் வரை ஒரே டென்ஷன்தான். முடித்த பிறகுதான் 'அப்பாடா' என இருக்கையில் அமர்வான். இதற்கு நேர் எதிர் சங்கீதா. அலட்டிக்கொள்ளவே மாட்டாள்.

அவளுடைய மேஜையில் எந்த ஒரு கோப்பும் ஒரு நாளைக்கு மேல் தங்காது. அலுவலர் கழகம் ஒருமுறை நடத்திய எய்ட்ஸ் விழிப்புணர்வு முகாமை அனாயசமாக ஒருங்கிணைத்து நடத்தினாள் சங்கீதா. அந்த

இயல்பான அழகில் மயங்கித்தான் சுகுமாரன் அவளிடம் நெருங்கி வந்தான்.

இருவரும் அடிக்கடி இணைந்து காணப்பட்டதால் எல்லோரும் கிசுகிசுத்துக் கொண்டார்கள். இருந்தாலும் சுகுமாரன் தன்னைக் காதலிப்பதாக ஒரு முடிவுக்கு வர அவளால் இயலவில்லை. அவனுடைய கம்பீரத் தோற்றமும் தீவிரத்தன்மையும் அவளைக் கவர்ந்தது உண்மைதான். ஆனாலும் முதலாவதாக காதலை வெளிப்படுத்த அவள் தயாரில்லை. அவனும் ஒன்றும் காதலை வெளிப்படுத்தி விடவில்லை.

இப்போது அந்தக் காட்சி அவள் மனத்திரையில் தெளிவாக ஓடியது. அன்று வெள்ளிக்கிழமை. மாலையில் அவள் 'ஃப்ரீயாக' இருக்கிறாளா என விசாரித்தான் சுகுமாரன். ஏனென்று கேட்டாள். அவள் வந்தால் திரைப்படத்திற்குப் போகலாமென நினைப்பதாக சர்வசாதாரணமாக சொன்னான். என்ன படமென விசாரித்தாள். காதலிக்க நேரமில்லையென்றான். "அவ்வளவு பிஸியா?" என்று சிரிக்காமல் கேட்டாள். திரைப்படத்திற்கு போனார்கள். பாப்கார்ன், கோன் ஐஸ் சாப்பிட்டார்கள். 'பழைய படம், பழைய படம்தான்' என்று சொல்லிச் சொல்லிச் சிரித்துக் கொண்டிருந்தார்கள். அவன் அவ்வளவு சிரிப்பதை அன்றுதான் அவளும் பார்த்தாள். மறுநாள் இருவரும் சிவந்த கண்களோடு "கல்யாணம் பண்ணிக்குவமா?" என்று கலந்தாலோசித்தார்கள்.

சங்கீதாவிற்கு பெற்றோர்கள் இல்லை. ராஜ்கோட்டில் ராணுவ அதிகாரியாக இருந்த அண்ணனிடம் எஸ்.டி.டி.யில் அனுமதி வாங்கிவிட்டாள். திருமணத்திற்கு வரமுடியாது என்றும், தேனிலவிற்கு குஜராத் வரச்சொல்லியும் அவன் தந்தி அடித்தான். சுகுமாரனின் பெற்றோர்களும், மூத்த சகோதரியும் இந்தத் திருமணத்தை ஒரேயடியாக மறுத்துவிட்டார்கள். சொந்தத்தில் ஒரு முறைப்பெண் இருந்தாள். அவளையே மணம் முடிக்கச்சொல்லி கட்டாயப்படுத்தினார்கள். அடுத்த மிரட்டல் தற்கொலை. கடைசியில் "சொத்தில் சல்லிக்காசு கிடையாது" சுகுமாரன் பேசாமல் வந்துவிட்டான். பதிவுத் திருமணம். லேடீஸ் ஹாஸ்டலில் இருந்த சங்கீதாவும், ஜே.கே. மேன்சனில் தங்கியிருந்த சுகுமாரனும் பெர்னாட்ஷா நகரில் ஒரு வீட்டின் மாடி போர்ஷனை வாடகைக்கு எடுத்துக் குடியேறி பால் காய்ச்சுதலையும், திருமண வரவேற்பையும் ஒரே நேரத்தில் நடத்தி முடித்தார்கள். கீழே வீட்டின் உரிமையாளரும் அவரது மனைவியும் மட்டும்தான். பொங்கல், தீபாவளிக்கு மகன், மருமகள், பேரக் குழந்தைகள் வந்து போவார்கள்.

சங்கீதாவும், சுகுமாரனும் தேன்நிலவுக்கு குஜராத் போய்வந்தார்கள். சங்கீதாவிற்கு அவளது அண்ணியைப் பிடிக்காது. 'ரொம்ப பந்தா'.

அண்ணன் மிகவும் பிஸியாக இருந்தான். 'ஹாய்' 'குட்நைட்' அவ்வளவுதான். ஷோபி, அச்சு என தங்கமான இரண்டு குழந்தைகள். ஷோபி மிகவும் சமர்த்து. அச்சு ஒரே அரட்டை. அவர்கள் இருவரால்தான் இவர்களது குஜராத் பயணம் சுவராஸ்யமாக இருந்தது. குளிர் வேறு அதிகம். பத்து நாட்களில் திரும்பிவிட்டார்கள்.

சுகுமாரனின் பேச்சையும் கேட்காமல் மாமனாருக்கு தங்களை ஏற்றுக் கொள்ளுமாறு கடிதம் ஒன்று எழுதினாள் சங்கீதா. 'தங்களுக்கு ஆண்பிள்ளையே இல்லை' என பதில் எழுதியிருந்தார் சுகுமாரனின் அப்பா. விக்கித்துப் போனாள் சங்கீதா. 'தன் தந்தையின் சாவுக்குக்கூட போகப்போவதில்லை' என்று சத்தம் போட்டான் சுகுமாரன்.

சுகுமாரனின் சாவுக்குத்தான் அவனுடைய தந்தை வந்தார். அவனுடைய தாயார்தான் தலைவிரி கோலமாக விழுந்து கதறி அழுதாள். அவனுடைய அக்காளோ நாசுக்காகக் கைக்குட்டையால் கண்களை ஒற்றிக் கொண்டிருந்தாள். தந்தையார் யாரிடமோ, "இந்த ஃப்ளாட் சொந்தமா? வாடகைக்கு எடுத்ததா?" என்று விசாரித்துக் கொண்டிருந்தார்.

சுகுமாரனின் மரணம்பற்றி தன் அண்ணனுக்கு சங்கீதாதான் ஃபோன் பண்ணினாள். தொலைபேசியை எடுத்தவள் அண்ணி. சங்கீதாவுக்கு பேச்சு வரவில்லை. அண்ணி ஃபோனை கீழே வைத்துவிட்டாள். மீண்டும் ஃபோன் பண்ணித் திக்கித்திக்கிச் சொல்லிவிட்டு தொலைபேசியை வைத்துவிட்டாள். அடுத்த விமானத்தில் அண்ணன் கிளம்பி வந்துவிட்டான். பிள்ளைகளுக்கு பரீட்சை நடக்கிறதாம். அதனால்தான் அண்ணி வரமுடியவில்லை என்றான். அதோடு நிறுத்தியிருந்தால் பரவாயில்லை. அண்ணி மிகவும் வருத்தப்பட்டதாகச் சொன்னான்.

ஆறு வருடம் தன்னோடு வாழ்க்கையைப் பங்கிட்டுக்கொண்ட கணவன் பிணமாகக் கிடந்தபோதும் சரி, அந்தப் பிணத்தை எரிக்க சுடுகாட்டுக்கு எடுத்துப்போனபோதும் சரி, திருமாங்கல்யத்தை அறுத்தெரிந்து பூவைப் பறித்து வளையல்கள் உடைத்துத் தன் தோற்றத்தை நொறுக்கும்போதும் சரி சங்கீதாவிற்கு அழுகை வரவில்லை. வீட்டுக்கார அம்மா அவளது காதில் மெதுவாக, "அழுதுடும்மா ... அழுதுடு ..." எனக் கெஞ்சினாள். எல்லோரும் அவளை வினோதமாகப் பார்த்தார்கள். மன அழுத்தம் அவளது சோகம் அழுகையாக உருவகிப்பதைத் தடுத்திருந்தது.

உடன் பணிபுரிவோரும், நண்பர்களும், தூரத்து உறவினர்களும் எவ்வளவோ ஆறுதல் சொன்னார்கள். வாழ்க்கையின் நிலையாமை தத்துவத்தை எடுத்துரைத்தார்கள். வெறுமையின் வெம்மையில் காய்ந்தவாறு முகமில்லாமல் அமர்ந்திருந்தாள் சங்கீதா. சுகுமாரனின் முகத்தைப் பார்த்தால் தூங்கிக் கொண்டிருந்ததுபோலத் தான்

இருந்தது. சுகுமாரன் எப்போது பார்த்தாலும் தூங்குவதில் ஏன் ஆர்வமாயிருக்கிறான் என சங்கீதா அடிக்கடி கடுப்படைவதுண்டு. அதற்காக அழவேண்டுமா, என்ன?

பிணமாய்க் கிடந்த கணவனை பார்த்துக்கொண்டேயிருந்த அந்த இளம் விதவையை நோக்கி அமில அம்பு எய்தாள் சுகுமாரனின் அக்காள்.

"சாகிற வயசா இது? இவதான் ஏதோ செஞ்சுட்டா ... என்ன ஜாதகமோ? என்ன தோஷமோ? யாரு கண்டா ..."

அவளை ஒரு பார்வை வெட்டுவதுபோல் பார்த்தாள் சங்கீதா. அவள் பேசுவதை நிறுத்திக் கொண்டாள். பிணத்தைத் தூக்க ஏற்பாடுகள் நடந்தன. தன்னில் ஒரு பகுதியை வெட்டி எடுத்துப்போவதுபோல் தோன்றியது அவளுக்கு. தன்னுடைய மரணத்தை பார்ப்பதுபோலவும் இருந்தது. அதனால்தானோ என்னவோ... அவளுக்கு அழுகை வரவில்லை.

முடிந்தது. எல்லாம் முடிந்துபோனது. கிரியை முடிந்த கையோடு அவளை வீட்டில் விட்டுவிட்டு எல்லோரும் போய்விட்டார்கள். வீடு அவளை கூடுதலாகத் தனிமைப்படுத்தியது. இருட்டுக்குப் பயந்தாள். குறிப்பிட்ட காரணமென்றேதும் இல்லாமல் ஏதோ ஒரு பயம். வீடு முழுக்க விளக்குகளைப் போட்டாள். ஹாலில் ரெஃப்ரிஜிரேட்டர் பக்கத்தில் ஒரு திருட்டுப் பூனை நின்றிருந்தது. அதுகூட கருப்புப் பூனைதான். ஃபிரிட்ஜை திறந்து கிண்ணத்தோடு பாலை வெளியில் வைத்தாள். கிண்ணம் ஜில்லென்று இருந்ததால் அவளுடைய கை உணர்வற்றுப் போனது. பூனை, தூரத்தில் இருந்து சந்தேகக்கண் கொண்டு அவளைப் பார்த்தது. அவள் டி.வி. பக்கம் போய் நின்று கொண்டாள். பூனை மெதுவாக நடந்து வந்து வேகமாகப் பால்குடித்ததைப் பார்த்துக் கொண்டிருந்தாள். பூனை அவளுக்கு நன்றி சொல்வதைப்போல் பார்த்துவிட்டு ஓடி மறைந்தது.

தொலைக்காட்சியை இயக்கினாள். ஒரு சேனலில் 'மிட்நைட் மசாலா' என்ற அலங்காரத்தோடு பாத்டப்பில் ஒரு ஜோடி குளித்துக்கொண்டே சோப்பு நுரைகளை வாரி இறைத்து பாட்டுப் பாடிக்கொண்டிருந்தது. சேனலை மாற்றினாள். "பெண்ணே! நீ ஒரு தெய்வம்!" என்று ஒரு பழைய நடிகர் தொண்டைவலி வந்தவர்போல் கஷ்டப்பட்டுப் பேசிக் கொண்டிருந்தார். சங்கீதா "போங்கடா" என முணுமுணுத்தாள். டி.வி.யை. அணைத்தாள். இருந்தும் அந்த சோப்பு நுரைப்பாட்டு அவள் நினைவில் நின்றிருந்தது. ஐஸ் வாட்டரை கடகடவென பாதி பாட்டிலில் குடித்தாள்.

திடீரென சுகுமாரனின் பீரோ ஞாபகம் வந்தது. அதற்கு ஒரு ரகசிய லாக்கர் பகுதி உண்டு. அதைத் திறந்து பார்க்க வேண்டுமென்று

பலநாள் ஆசைப்பட்டாள். சாவி தொலைந்துபோனதாக சுகுமாரன் சொல்லிவிடுவான். உடைத்துவிடலாமா என ஒருநாள் யோசனை தெரிவித்தாள். தேவையில்லை என்றும் அதிலொன்றுமில்லை என்றும் சொல்லிவிட்டான். அங்குதான் அவளது சந்தேகம் ஆரம்பமாயிற்று. 'ஒன்றுமில்லை' என்று மனைவியிடம் சொல்லக்கூடாது என்று தெரியும் அளவிற்கு எந்தக் கணவனும் புத்திசாலியாக இருப்பதில்லை.

சங்கீதா பீரோவைத் திறந்தாள். வரிசையாக கோடு போட்ட, கட்டம் போட்ட, பிளைன் சட்டைகள், லைட் கலர் பேண்டுகள், பனியன், ஜட்டி, லுங்கி, சாக்ஸ், வாக்கிங் ஷார்ட்ஸ் எல்லாம் ஒரு ஒழுங்குமுறையோடு அடுக்கி வைக்கப்பட்டிருந்தன. ஒரு நிமிடம் இந்த உடைகளில் எல்லாம் சுகுமாரன் எப்படி இருந்தான் என கற்பனை செய்து பார்த்தாள். ஆடைகளுக்கு கீழே பரப்பப்பட்டிருந்த காகிதத்திற்கு அடியில் பார்த்தாள். ஒரு இடத்தில் ஐநூறு ரூபாய் நோட்டு, இன்னொரு இடத்தில் இரண்டு ஐம்பது ரூபாய் நோட்டுகள். அவனுடைய ஜாக்கிரதை உணர்வை நினைத்துச் சிரித்துக்கொண்டாள் சங்கீதா.

கீழே பீரோவின் ஓரத்திலிருந்த மஞ்சள் பைக்குள் பார்த்தாள். அவனுடைய ஜாதகம் இருந்தது. அவளது சிரிப்பு மறைந்தது. சுகுமாரன் சரியான ஜாதகப் பைத்தியம். அவன் பார்க்காத ஜோதிடர்கள் சுற்றுவட்டாரத்தில் யாருமே இருந்திருக்க முடியாது. இந்த ஜாதகத்தைக் காட்டி ஏதாவது ஒரு ஜோதிடரிடம் பலாபலன்கள் எப்படி என்று கேட்கலாமா? என்று யோசித்தாள். அடிக்கடி சுகுமாரனை மஞ்சள் பையோடு பார்க்க வேண்டியிருக்கும். அவள்கூட கேட்பாள் ... "ஜாதகத்தை மஞ்சள் பையில்தான் கொண்டு போகணும்னு ஏதாவது ஜி.ஓ. இருக்கா?"

கொஞ்சம் வெற்றிலையும், கலிப்பாக்கும் பைக்குள் கிடந்தது. அதற்கடியில் கிடைத்தது அந்த சாவி. அதை எடுத்தபோது ஏனோ அவள் கை நடுங்கியது. சாவியையும் அந்த லாக்கரையும் ஒருமுறை பார்த்துக் கொண்டாள். கல்லூரிக் காலத்தில் படித்த மனைவி இறந்ததும், அவளுடைய போலி முத்துக்களை விற்கப் போன கணவனின் கதை மாபஸானின் கதை ஞாபகம் வந்தது.

லாக்கரைத் திறந்தாள். நெடுநாட்களாக திறக்கப்படாமலிருந்தாலும் இனிமையான மணம் ஒன்று வந்தது. ஒரு யார்ட்லி சென்ட் பாட்டில் உள்ளே திறந்து கிடந்தது. திருமணமான புதிதில் சுகுமாரன் சென்ட் பயன்படுத்துவான். அந்த வாசனை சங்கீதாவிற்கு தலைவலி உண்டாக்குவதாகச் சொன்ன உடன் நிறுத்திக்கொண்டான். சங்கீதாவின் மனம் நெகிழ்ந்தது. தனக்கு சொந்தமானவன் இல்லையா அவன்? அந்த சென்ட் பாட்டிலை எடுத்து நைட்டியில் ஸ்ப்ரே பண்ணிப் பார்த்தாள். மல்லிகை மணம் காட்டமாகப் பரவியது. மீண்டும்

அந்த சோப்பு நுரைப்பாட்டு ஞாபகம் வரவே, பாட்டிலை பக்கத்தில் இருந்த மேஜையில் வைத்தாள்.

அதனை அடுத்து ஒரு சிகரெட் டப்பா இருந்தது. அதைப் பார்த்ததும் அவளுடைய உடலே தீப்பற்றி எரிவது போல இருந்தது. ஒரு சிகரெட் குடித்தாலும், மீண்டும் ஆபத்து வர வாய்ப்பிருக்கிறது என டாக்டர் படித்துப் படித்து சொல்லியிருக்கிறார். சுகுமாரனோ, சிகரெட் டப்பாவையே உள்ளே வைத்து குடித்து வந்திருக்கிறான். ஒரு சிகரெட்டை எடுத்து முகர்ந்து பார்த்தாள். சுகுமாரன் பக்கத்தில் இருப்பது போன்ற உணர்வை அது ஏற்படுத்தியது. லைட்டரை எடுத்து ஒரு சிகரெட்டைப் பற்றவைத்துப் பயந்தவாறு உறிஞ்சினாள். புகை காட்டமாக அவளுள் புகுந்து தொடர் இருமலை உருவாக்கியது.

லாக்கரின் கடைசியில் ஒரு புத்தகம் இருந்தது. நாவல் ஆங்கிலம்மாதிரி இல்லை. எழுதியவர் பெயர் ஆல்பெர்ட் காம்யூஸ் என்று எழுதியிருந்தது. ஃப்ரெஞ் நாவலாக இருக்கலாம். சுகுமாரனுக்கு ஃப்ரெஞ்ச் தெரியும். திருமணமான புதிதில் 'காம்யூ' 'காம்யூ' என ஒரு எழுத்தாளரின் கதையைப் பற்றி நிறையப் பேசுவான். பிறகு விட்டுவிட்டான். அந்தப் புத்தகத்திலிருந்து ஒரு சின்ன டைரி கீழே விழுந்தது.

சங்கீதாவிற்கு ஆச்சரியமாக இருந்தது. சுகுமாரனுக்கு டைரி எழுதும் வழக்கம் கிடையாது. "எனக்குப் பொய் சொல்வது பிடிக்காது" என்பான். டைரியை புரட்டிப் பார்த்தாள். அது சுகுமாரன் கையெழுத்து கிடையாது. பெண்ணின் கையெழுத்து மாதிரி இருந்தது. அந்த டைரியும் ஃப்ரெஞ்சில் எழுதப்பட்டிருந்தது. தனக்கு மட்டும் ப்ரெஞ் தெரிந்திருந்தால் அந்த ராத்திரிக்கு சிறப்பு அர்த்தம் இருந்திருக்கும் என நினைத்துக் கொண்டாள். அவளுக்கு காய்ச்சல் வருவதுபோல இருந்தது.

அந்த டைரியை புரட்டியபோது பாஸ்போர்ட் சைஸ் பெண்ணின் புகைப்படத்தை நான்காக கிழித்து பின் சேர்த்து ஒட்டப்பட்டிருந்தது. அவளுக்கு இருபது வயதுக்கு மேல் இருக்காது. கோதுமை நிறம். வடக்கத்திச் சாயல். புகைப்படத்திற்கு கீழே ஃப்ரெஞ்சில் ஏதோ கிறுக்கி கையெழுத்துப் போடப்பட்டிருந்தது. அது சுகுமாரனின் கையெழுத்துதான். அந்த டைரியை மேஜையின் மேல் போட்டு அதன்மேல் விழுந்து அழுதாள் சங்கீதா. அது சுகுமாரனின் பிணத்தின்மேல் அவனது அம்மா விழுந்து அழுததுபோலிருந்தது.

●

11

நண்பனும் மனைவியும்

விளக்கைப் போட்டதும் டன்லப் மெத்தையினுள் மூழ்கிக்கிடந்த வித்யா எழுந்தவிதம், தன்னுள் இருந்த ஏதோ ஒரு பரபரப்பைக் காட்டவிரும்பாத தடுமாற்றத்தை அப்பட்டமாகக் காட்டியது.

"என்னப்பா... உடம்பு சரியில்லையா?" பதறியவாறு அவளது நெற்றியைப் பிடித்தான் பிரபு.

சுடவில்லை.

"தலைவலியாப்பா? ம்?"

வித்யா சிரிக்க முயன்றாள்...

"ஒன்றுமில்லை... கொஞ்சம் டயர்டா இருந்துச்சுங்க... அதாங்க ..." அவளது சிரிப்பில் ஏதோ ஸ்பெல்லிங் மிஸ்டேக் போல ஏதோ ஒரு விஷயம் இருக்கவே குழம்பினான்.

"சரி... ரெஸ்ட் எடுத்துக்க..." என்று பாத்ரூமுக்குள் நுழைந்தான்.

திரும்பியபோது வித்யா டைனிங் டேபிளில் இருந்தாள். பிறகு போய் எட்டிப் பார்த்தபோது எதார்த்தமாக மாறும் முயற்சியில் கொஞ்சம் வெற்றி கண்டிருந்தாள்.

அவள் கட்டியிருந்த வெளிர் நீலவண்ண சேலையும் கருப்புவண்ண ப்ளவுசும் சரியாக வாரப்படாமல் கலைந்திருந்த கூந்தலும் வழக்கத்துக்கு மாறாக இருந்தது.

"என்ன ஆச்சு, உனக்கு, வித்யா?"

“.....”

“வித்யா... ” கொஞ்சம் அதட்டல்.

“ம்?”

“காதில் விழுகுதா?”

“ம்...”

“சொல்லுப்பா... வாட்ஸ் ராங் வித் யூ?”

பிரபுவின் பொறுமை எல்லை மீறியது.

“ஒன்னுமில்லேங்க... சேமியாபாத் சாப்பிடுங்கள்... உட்காருங்க”

முறைத்தான் பிரபு.

“ஐயோ... பயமாயிருக்கே... இப்படி முறைக்கிறீங்களே...” கொஞ்சம் இயல்பாய் தெரிந்தாள் வித்யா.

“சொல்லு... சாப்பிடறேன்...”

“சாப்பிடுங்க... சொல்லுறேன்...”

சாப்பிட்டுக் கொண்டிருந்தான் பிரபு. அவனது கை தட்டுக்கும் வாய்க்குமாக உலவியதுபோல அவனது கண்கள் அவளது கண்களுக்கும் உதடுகளுக்குமாக உலவியது.

“என்ன, சொல்லக்கூடாத விஷயமா?”

“சேச்சே... என்ன நீங்க...”

“இல்ல... அப்படி கான்ஃபிடன்ஷியல்னா எனக்கு நீ சொல்லித்தான் ஆகணும்னு இல்ல... ஒன்னோட ஒவ்வொரு உணர்ச்சியிலும் நானும் கொஞ்சமாவது பங்கெடுக்கலாமேன்னுதான்...”

“என்னங்க... உங்கள எனக்குத் தெரியாதா ...”

“பின்னே என்ன நீ...”

“ஓ.கே.... ஓ.கே... ஒன்றுமில்லேங்க... உங்கள்ட்ட எப்படிச் சொல்றதுன்னுதான் தெரியல”

“ஓஹோ...”

“கொஞ்ச நேரத்துக்கு முன்னால் ராஜன் வந்திருந்தார்...”

“என்ன விஷயமாம்?”

“உங்கள்ட்ட குடுக்கச்சொல்லி ரெண்டு புக் கொண்டாந்திருந்தார் ...”

“என்ன புக்ஸ்?”

“ஒண்ணு இர்விங்வேலஸ் நாவல்... இன்னொண்ணு பாப்பிலான்”

“ஏன் உடனே போய்ட்டான்?”

“அவர் ...”

“என்ன இழுக்கறே ...?”

“இல்லை ... அவர் வந்தபோது ரொம்பக் குடிச்சிருந்தார்...”

“டாமிட்... அவன்கிட்ட இது ஒண்ணுதான் பெரிய வீக்னஸ்... குடிச்சிட்டு இங்க வரமாட்டானே?”

“என்னன்னு தெரியலை...”

“தென்...”

காஃபி போட்டுத் தந்தேன். குடிச்ச அவர்... “இந்த காஃபி எனக்காகவே ஸ்பெஷலா செஞ்சீங்களான்னு சிரிச்சுக்கிட்டுக் கேட்டார்.”

“சரி ...” இன்னும் பிரபு முகம் மாறாததைக் கவனித்தாள் வித்யா.

நான் புரிஞ்சுக்கிடாம... “அப்படியே வச்சுக்குங்களேன்” சொல்லி வெச்சேன். உடனே அவர் எந்திரிச்சுஇன்னம் என்னவெல்லாம் ஸ்பெஷலா செய்வீங்கஅப்படின்னு கேட்டார்.

பிரபுவின் நெற்றியில் ‘சடசட’வெனச் சுருக்கங்கள் விழுந்தன.

‘ராஜனா?’

பிரபுவின் முகபாவனையைப் பார்த்து வித்யா நிறுத்தினாள்.

“சொல்லு” என்றான் நிதானமாக.

“அவரால நிற்க முடியலை. நான் உடனே நீங்க போயி ரூம்ல ரெஸ்ட் எடுத்துட்டு நாளைக்கு வாங்கன்னு சொல்லிட்டு உள்ளே போகத் திரும்பினேன். ‘டக்’கு’ என்னக் கட்டிப் பிடிச்சிட்டார்...”

“சொல்லேன்... நீ என்ன கதையா சொல்ற?”

“நான் திமிறினேன். அவர் விடாம இழுக்க ... ரெண்டு பேரும் கீழே விழுந்திட்டோம். நான் எழுந்திட்டேன். அவரால எழுந்திருக்க முடியல...”

“அப்புறம்?”

“சோஃபாவைப் பிடிச்சுக்கிட்டு எழுந்தார். அவரோட கையில்லாம் நடுங்குச்சு. கண்கலங்கி உங்க காலப் பிடிச்சுக்கேக்குறேன். பிரபுகிட்ட சொல்லீறாதிங்க. மன்னிச்சுருங்கன்னு கால்ல விழுந்தார். அவரால எழுந்திருக்க முடியலை...”

பிரபு நெற்றியை அழுத்தி விட்டுக்கொண்டே, “தூக்கி விட்டிருக்க வேண்டியதுதானே?” என்றான், முகத்தில் கவலைக்குறிகளோடு.

"நான்தான் தூக்கிவிட்டேன். தள்ளாடியே போய்ட்டார்..." வித்யாவின் முகம் நன்கு வேர்த்திருந்தது.

பிரபு சட்டையிலிருந்த கைக்குட்டையை நீட்டினான். அவள் முகத்தைத் துடைத்துக்கொண்டாள். அவளைக் கூர்ந்து பார்த்தான் பிரபு.

"ஏன் வித்யா இவ்வளவு வேர்த்திருக்கு?" எனக் கேட்டான்.

பிரபுவை திடுக்கிட்டு நிமிர்ந்துபார்த்தாள் வித்யா.

தலைகுனிந்து கொண்டாள்.

"காஷூவேலான ஆக்ஸிடெண்டா எடுத்துக்க வேண்டியதுதானே? ஏன் இவ்வளவு டென்ஷன்னு கேக்கறேன்?"

பக்கத்திலிருந்த சேரை இழுத்துப்போட்டு உட்கார்ந்து கொண்டாள் வித்யா. மெதுவாக ஆரம்பித்தாள்.

"நமக்கு கல்யாணம் ஆகி ஆறு வருஷமாச்சு... இந்த ஆறு வருஷமா நூறு தடவையாவது அவர் இங்கே வந்திருப்பார்ல? இவர் இப்படி இன்னைக்கு நடந்துக்கறதுக்கு என்னைக்காவது ஏதாவது ஒரு விதத்துல நான் காரணமாக இருந்திருப்பனான்னு யோசிச்சுப் பாக்கறேன்."

"இப்ப நீதான் ஸில்லியாப் பேசறே ..."

"இல்லங்க ..."

"அவன்தான் ஓவரா குடிச்சிட்டிருந்தான்னு சொல்றீல்ல ... அதனால அப்படி நடந்திருக்கலாம்..."

"அப்படின்னா ஏன் கால்ல விழுந்து மன்னிப்பு கேக்கணும்?"

"அவன் உன்னப்பத்தி இத்தனை நாளா தப்பா நெனச்சிட்டு பழகியிருக்கான்னு நினைக்கிறியா"

"இதுக்கு அர்த்தம்?"

"இல்ல வித்யா, அவன் அப்படி டைப் இல்ல"

"இதுக்கப்புறமும் நீங்க நம்புறீங்க...?"

"நம்பிக்கைங்கறது பெரிய விஷயம் வித்யா. முழுக்க நம்பிக்கை இழக்கறாப்ல என்ன நடந்திருச்சுன்னு நெனெக்கற?"

அவனை குழப்பமாய்ப் பார்த்தாள்.

"யெஸ் ... வித்யா ... மனசு இருக்கே, அது கம்ப்யூட்டர் சர்க்யூட் மாதிரி. தவறு நிகழ வாய்ப்பிருக்கு. அது மெய்ன்ட்டனன்ஸ் பொருத்த விஷயம்.

அதுக்கு ஆர்ட்டிஃபிஷியல் இன்டலிஜன்ஸ் ஜாஸ்தியா இருக்கு. நம்ம அதுக்கு குடுக்கற நம்பிக்கைதான் சரியான ட்ரீட்மென்ட் ... டோன்ட் யு கெட் மீ?"

"அப்படின்னா..."

"...எந்தத் தவறையும் எந்தமாதிரியும் அதால திருத்திக்க முடியும். அவன நான் நேசிக்கறது ஒன்னப் பாக்கறதுக்கு பத்து வருஷங்களுக்கும் முன்னால இருந்து. வித்யா, இந்த நிகழ்ச்சிக்குப் பின்னால நான் அவன முழுசா வெறுத்தேன்னா, இவ்வளவு நாள் அவன நேசிச்சது பூராவும் போலின்னு' ஆயிடும்."

"அதெப்படி ..."

"அப்படித்தான். ராஜன் செய்த தவறை நீ செஞ்சிருந்தாக்கூட அதுக்காக முழுசா உன்ன நான் வெறுக்கறது நியாயமில்லைன்னுதான் நெனெக்கிறேன். உன்னைய நான் எவ்வளவுக்கெவ்வளவு நேசிக்கிறேனோ அவ்வளவுக்கு உன் தவறுகளையும் நான் மன்னிக்கணும்.

நாம யாரை ரொம்ப நேசிக்கிறோமோ அவங்க செய்யற தவறு பெரிசாப் படாது. நான் சொன்னதெல்லாம் ரெண்டுபேரும் ஒருத்தரயொருத்தர் ரெஸிப்ரொகேஷனோட நெனச்சாத்தான் பொருந்தும்."

வித்யா அருகில் வந்து தன் மார்போடு பிரபுவைச் சேர்த்துக்கொண்டாள்.

"யு ஆர் க்ரேட் ..."

சிரித்துக்கொண்டான் பிரபு.

"வித்யா! அடுத்தது என்ன?"

அவள் பிரபுவின் கண்களை நேராக சந்தித்தாள்.

"ராஜனோட ரூம் கதவைத் தட்றோம் ... ரைட்?"

அவளை மடியில் அமர்த்தி காதில் கிசுகிசுத்தான் ...

"வித்யா! நெள யு ஆர் கிரேட் ...'

●

12

கலர் பென்சிலும் ஸ்கெட்ச் பென்சிலும்

வேல்முருகன் கவலையோடு சந்திராவின் நெற்றியில் கை வைத்துப் பார்த்துவிட்டு வெப்பம் குறையாதது கண்டு விழி பிதுங்கினான்.

"என்னப்பா, அம்மாவுக்கு இன்னும் காய்ச்சல் இருக்கா?"

"ஆமாடா... காச்சல் குறையல ..."

"மருந்து குடுப்பா ..."

"ஏதாவது சாப்பிட்டுட்டுத்தான் மருந்து சாப்பிடணும் ரவி ..."

"எனக்கும் பசிக்குதுப்பா ..."

மனைவியின் உடல்நிலைக்கும் மகனின் வயிற்றுப்பசிக்கும் இடையேயான சம்பந்தத்தை இருவரும் உணர்ந்திருந்தார்கள்.

சந்திராவும் எழுந்த உடன், "ரவிக்கு ஏதாவது சாப்பிட" என்றுதான் ஆரம்பிக்கப் போகிறாள்.

என்ன செய்ய? இந்தக் கஷ்டத்தை முதலாளியிடம் சொல்ல முடியுமா, என்ன?

"இந்த வார சம்பளத்தை அடுத்த வாரம் சேத்துத் தர்றேன். ம், ம், போய் சோலிக்களுதயப் பாருங்கடா ..." என குரைப்பவரிடம் என்னதான் சொல்வது?

"அப்பா ..." என அழைத்த மகனது தலைமுடியை அன்போடு கோதிவிட்டான். ஏழை வேறு எப்படி அன்பைக் காட்ட முடிகிறது?

"ஒரு டீ குடிச்சா போதும்பா" என்றான் ரவி. மிகவும் நுட்பமானவன்.

வெ.சுப்ரமணிய பாரதி 77

ரவியைத் தூக்கி அணைத்துக்கொண்ட வேல்முருகன், "ஹோட்டலுக்குப் போய் நாம சாப்பிட்டுட்டு, அம்மாவுக்கு கடைல பன் வாங்கிட்டு வருவோம். சரியா?" என்றான்.

"ஹோட்டல்லயா அப்பா?" கேள்வி கேட்கும் போதே ரவியின் நாக்கில் எச்சில் ஊறியது.

"என்னங்க..." என சந்தியாவின் குரல் கேட்டது.

"முழிச்சிக்கிட்டயா ... நாங்க ..." என ஆரம்பித்த வேல்முருகனை நிறுத்தினாள்.

"கேட்டுக்கிட்டிருந்தேன் ... பணம் இருக்கா ..." தயங்கிக் கேட்டாள்.

"ஓ ... " என சிரித்தான், சிந்தித்துப் பார்த்தால் சிரமம்... சிரித்துக் கொள்வது வசதியாக இருக்கிறது.

ஹோட்டலுக்குள் நுழைந்தார்கள். எதிரே தொங்கிய விலைப்பட்டியல் பார்த்து மலைத்தான் முருகன்.

"இங்க இடம் இருக்குப்பா ..."

அமர்ந்தார்கள்.

எதிர் இருக்கையில் அமர்ந்திருந்த இளைஞனை எங்கேயோ பார்த்திருப்பதுபோல முருகனுக்குப் பட்டது.

அவனும் வேல்முருகனைப் பார்த்துவிட்டு சர்வர் வரும் திசையைப் பார்த்துக் கொண்டிருந்தான்.

சர்வர் வந்தான்.

அந்த இளைஞனுக்கு ஒரு பேப்பர் ரோஸ்ட் தோசையை நெய் வடியவைத்து அதன்மேல் பேப்பர் வெய்ட் போல ஒரு வடையையும் வைத்தான்.

"உங்களுக்கு என்ன வேணும்?" என வேல்முருகனைப் பார்த்துக் கேட்டான்.

ரவியின் பார்வை அந்த பெரீய்...ய தோசையின் மேலிருந்தது.

"ஆளுக்கு ரெண்டு இட்லி கொண்டாங்க" சர்வர் புழுவைப் பார்ப்பதுபோல் வேல்முருகனைப் பார்த்தான்.

"இட்லி இல்ல ஸார்... வேற என்ன வேணும்?"

வேல்முருகன் இதை எதிர்பார்க்கவில்லை.

"சரி... தோசை ரெண்டு கொண்டாங்க..."

"பேப்பர் ரோஸ்டா? ஆனியனா? ரவையா?"

"சாதா தோசைதான்..."

சர்வர் சென்றதும், ரவி, "எப்பா... உனக்குத் தெரியுமா, ட்ராயிங்ல நான்தான் ஃபஸ்ட்" என்றான்.

"அப்படியா? குட்..."

"ஹரி செகண்ட்தான்..."

யார் அந்த ஹரி?

"ம்..."

"நான் கலர் பென்சில் வாங்கிப் போட்டேம்பா... ஹரி ஸ்கெச் பென்சில் வச்சிப் போட்டான்."

"ஓஹோ..."

"ஸ்கெச் பென்சில் வச்சிப் போட்டா படம் நல்லாருக்காதில்லையாப்பா?"

"உனக்கும் ஸ்கெச் பென்சில் அடுத்த மாசம் வாங்கித் தர்றேம்பா"

ரவி முகம் மலர்ந்தது "நெசமாவாப்பா?"

"ம்..."

சர்வர் தோசை கொண்டுவந்தான்.

"ஏன் தோசை இப்படி இருக்கு? முருகலாப் போடலாமில்ல?"

வேல்முருகன் ஆதங்கம் பொங்கக் கேட்டான்.

"ம்? சாதா இப்படித்தான் இருக்கும்..." இதற்கு அவன் முகத்தில் அறைந்துவிட்டுப் போயிருக்கலாம்!

ரவியைப் பார்த்தபோது ரவி அநாகரீகமாக, அந்த இளைஞன் பேப்பர் ரோஸ்ட் சாப்பிடுவதையே பார்த்துக்கொண்டிருந்தது தெரிந்தது.

'அடுத்தவங்க சாப்பிடறத வெறிச்சுப் பார்க்கக்கூடாது ரவி...' என்று சொல்லலாம்தான். அது அசந்தர்ப்பமாகப் பட்டது.

"ரவி..."

திரும்பினான் ரவி.

"சாப்பிடு..."

"அப்பா... அடுத்து அந்த தோசை சொல்றியா?"

"முதல்ல இதச் சாப்பிடு ரவி..." வேல்முருகன் குரலில் வழக்கத்துக்கு மாறான கடுமை தோன்ற ரவி இருண்ட முகத்தோடு அவசரமாகச் சாப்பிட ஆரம்பித்தான்.

அந்த இளைஞன் இருவரையும் மாறிமாறிப் பார்த்தான். பாதி சாப்பிட்ட பேப்பர் ரோஸ்டையும் பார்த்துக் கொண்டான்.

அவன் சாப்பிடுவதை நிறுத்திவிட்டு இவர்களை ஆராய்வதுபோலிருப்பது வேல்முருகனுக்கு அவமானமாக இருந்தது. தன்னிரக்கம் அதிகமானது.

சே! என்ன வாழ்க்கை!

ரவி தலைநிமிராமல் அந்த தோசையை சாப்பிட்டு முடித்தான்.

"அப்பா! நீ சாப்பிடல?" ரவியின் கேள்வியால் சுயநினைவுக்கு வந்து, "சாப்பிடறேம்பா... பசி இல்ல... அதான் ..." என சொல்லிக்கொண்டு சாப்பிட்டான் முருகன்.

சர்வர் வந்து அந்த இளைஞனிடம், "என்ன ஸார் சாப்பிடலயா?" என வினவ அவன் கோபமானான்.

"என்னய்யா, இது தோசை, சே, நெய்ல சுட்டதா, விளக்கெண்ண யில சுட்டதா..."

"ஸார்..." அதிர்ச்சியானான் சர்வர்.

"... புளிச்ச மாவு... நல்ல ஹோட்டல்னு பேர் வாங்கிட்டீங்க... மட்டமா இருக்கே"

"ஸார்... புது மாவு ஸார்..." பதறினான் சர்வர்.

"சரி... சரி... எடுத்துட்டு போகச் சொல்லு..."

"காஃபி..."

"அதெல்லாம் வேணாம்... பில்லக் கொண்டா..."

சர்வரை அனுப்பிவிட்டு அனிச்சைச்செயலாய் ரவியைப் பார்த்தான் அந்த இளைஞன்.

ரவி, வேல்முருகனிடம் "டீ மட்டும் கொண்டாறச் சொல்லுப்பா" என சொல்லிக் கொண்டிருந்தான்.

●

13

கோழிக் குஞ்சு

நல்ல தூக்கத்திலிருந்தான் சண்முகம்.

யாரோ தன்னை எழுப்புவதை உணர்ந்தான்.

விழித்துப் பார்த்தபோது, பக்கத்தில் படுத்திருந்த ஹேமா எழுந்து உட்கார்ந்திருந்தாள். அவள் கண்ணில் ஏதோ ஒரு பதற்றம்.

கனவு கண்டிருப்பாள்போலும்.

"என்னடா... யூரின் போகணுமா?"

"இல்ல..."

"...பின்ன எதுக்கு எழுப்பின?"

"வகுத்துக்குள்ள ஆட்டுக்குட்டி கத்துறாப்பல இருக்குப்பா..."

அசந்து போனான் சண்முகம்.

அவளுக்கு என்ன பதில் சொல்வது என்று தெரியவில்லை.

"சரி படு ... காலைல டாக்டர்ட்ட போவம்..."

"டாக்டர் என்ன பண்ணுவாரு..."

"மருந்து கொடுப்பார்..."

"மருந்து குடுத்தா ஆடு என்ன ஆகும்?"

"செத்துப் போயிரும்"

"மறுபடியுமா?"

சண்முகத்தினுள் எரிச்சல் எட்டிப் பார்தததது.

“இப்ப என்ன செய்யச் சொல்ற?”

“நாளைக்கு சாமி கும்பிட்டுஸாரிசொல்லிடுவோம்பா...”

“ம்... சரி... தூங்கு”

“ஆட்டை எப்படிப்பா கொல்லுவாங்க?”

“எனக்கெப்படிப்பா தெரியும்?”

“பின்னே?”

“கசாப்புக்கடைல ஆட்டை நறுக்கி வச்சிருப்பாங்க... நாம எடைபோட்டு வாங்கிட்டு வந்திர்றோம்...”

“ஒரு ஆட்டை நறுக்கிறத இன்னொரு ஆடு பாக்குமோ?”

“இதெல்லாம் உனக்கு எதுக்குப்பா?”

“கொல்றது பாவம் இல்லையாப்பா?”

“கொன்றால் பாவம் தின்றால் போச்சுன்னு சொல்லிக்க வேண்டியதுதான்.”

“கொன்ன பாவம் தின்னா எப்படிப்பா போகும்?”

***

சேகரும் கலைவாணியும் வீட்டிற்குள் நுழைந்தபோது வீடே நிசப்தமாக இருந்தது.

“அக்கா...” சேகரின் குரல் சேகருக்கே வந்து சேர்ந்தது.

“எங்கே யாரையும் காணோம்?” என வாணி கிசுகிசுக்கும்போது யாரோ நடந்து வரும் சத்தம் கேட்டது.

“அய்... மாமா... புது அத்தை...” என விழிகளை விரித்தாள் ஹேமா.

“ஹேமா குட்டி...” அள்ளிக்கொண்டான் சேகர். வாணி ஹேமாவின் தலையை முட்டினாள்.

“அதென்னடி ‘புது’ அத்தை? பழைய அத்தை யாரையும் உனக்குத் தெரியுமா?”

சேகர் வாணியின் தலையில் குட்டினான். “சந்தேகப்பிராணி”

மொட்டை மாடியிலிருந்து வந்த லஷ்மி, “எப்ப வந்திங்க...’ என வாணியை அணைத்துக்கொண்டு பொதுவாய் கேட்டாள்.

“இப்பத்தான் ...” என்றான் சேகர் சொற்களெல்லாம் சிரிக்க.

"என்னம்மா நீ, இந்தமாதிரி நேரத்தில பஸ் பிரயாணம் பண்ணலாமோ? ரிஸ்க் இல்லையா?" உரிமையோடு அதட்டினாள் லஷ்மி.

"ஓ... உங்களுக்கும் தெரியுமா?" என்றான் சேகர் புருவம் உயர்த்தி.

"ச்சு ... பெரிய ரகசியமாக வச்சிருக்கிறதா நெனப்பா..." கிண்டல் செய்தாள் லஷ்மி.

மதிய உணவு நேரத்திற்கு சண்முகம் வீட்டிற்கு வர, சூழ்நிலை இன்னும் கலகலப்பாகியது.

வாணியை கையைப் பிடித்து இழுத்தாள் ஹேமா... "வா ... புது அத்த..."

"எங்கடி?"

"வாயேன் ..."

ஆர்வமாய் அவளோடு போனாள் வாணி.

கோழிக்கூடு!

"இதுதான் என்னோட பப்பி..."

"ஓஹோ... கோழிக்குஞ்சக்கு பேர்லாம் வச்சிருக்கியா..."

"ம்... எத்தனை கலரா இருக்கு பாத்தியா... 'ஏக் தோ தீன்' பாடினா குதிக்கும் பாரேன்..."

"பொய்..."

"நிஜம் பாரேன்... ஏக் தோ தீன்..."

நீட்டிப் பாடினாள் ம்ஹூஉம்... குதிக்கவில்லை.

"ஏய்... என்னாச்சு?"

"இன்னைக்கு மூடில்ல அதுக்கு. அதோட அம்மாவை எங்க காணோம்..."

கலைவாணியை விட்டுவிட்டு லஷ்மியிடம் ஓடினாள் ஹேமா.

"அம்மா... அம்மா..."

"என்னடி? ஏன் மூச்சு வாங்க ஓடி வர்ற?"

"பப்பியோட அம்மா எங்க ...?"

"ஓ... கோழியா... அதோ... அந்தச் சட்டியில கொதிச்சுக்கிட்டிருக்கு .." அடுப்பைக் காட்டினாள் லக்ஷ்மி.

உற்சாகம் இழந்தாள் ஹேமா.

சேகர் ஊருக்குப் போய்விட்டான்.

புது அத்தை அங்கேதானிருந்தாள்.

அவளுக்கு ஹேமாவின் சோகம் முதலில் பிடிபடவில்லை.

"என்ன ஹேமா ..."

"பப்பி இப்பல்லாம் ஒருமாதிரி இருக்குல்ல?"

"அப்படியா?"

"ம் ... அதோட அம்மா செத்துப்போனதிலிருந்து அது 'டல்'லா இருக்கு... ஃபீல் பண்ணுது போல்ருக்கு ரொம்ப ..."

"அதோட அம்மா செத்துப்போச்சா? எப்ப?"

நிஜமாகவே அனுதாபத்தோடு கேட்டாள் வாணி.

"எப்பவா... போன வாரம் கோழிக்குழம்பு சாப்பிடல?"

வாணிக்கு இவளது கோபம் வேடிக்கையாக இருந்தது.

"நீயும்தானே சாப்பிட்ட?"

"அன்னக்கி பூரா நான் எதுவும் சாப்பிடல... பப்பி அம்மாவ சாப்பிடலாமா? பப்பி என் ஃப்ரண்ட் இல்லையா?"

முகத்தைப் பாவமாக வைத்துக்கொண்டாள் வாணி.

"பப்பி பெருசா வந்தா அதயும் அம்மா கொன்னு கொழம்பு வச்சிருவாளோ..." திடீரென சந்தேகம் வந்தது ஹேமாவுக்கு.

"சேச்சே..." என்றாள் வாணி தீவிரமாக.

"பப்பி உன்னோட க்ளோஸ் ஃப்ரெண்டுல?"

"அதானே? ஆனா, இப்பல்லாம் பப்பி ரொம்ப டல்லாயிருக்கு ..." என்று சொல்லிக்கொண்டே கோழிக்குஞ்சைப் பார்த்து வந்தவள் திடீரென பதறினாள்.

"அத்தை ... அத்தை ... பப்பியோட காலப் பாரேன் ..."

வாணி பார்த்தாள். ஆம் ... அது பலமின்றி தொங்கிக் கொண்டிருந்தது. கொஞ்சநேரத்தில் ரெண்டு மூணுமுறை வெட்டியது.

ஹேமா போட்ட கூப்பாட்டில் மிருக வைத்தியரும் அழைக்கப்பட்டார்.

அப்போதுதான் தெரிந்தது ... ஏதோ ஒரு விஷவண்டை பப்பி தின்றிருக்கிறது.

ஹேமாவின் முகம் வெளிப்போயிற்று.

“அம்மா... அம்மா...”

ஹேமாவின் அலறல் இப்போதெல்லாம் பழகிப் போனதால் அமைதியாக “என்னடி?” என குரல் கொடுத்தாள் லஷ்மி.

“பப்பியக் காணோம்...”

வெளியே வந்தாள் லக்ஷ்மி.

“ராத்திரியே பக்கத்துக் கொல்லைல தூக்கிப் போட்டுட்டேன். வீட்ல எதுக்கு செத்துத் தொலைக்கணும்?”

ஹேமா அந்த இடத்திலேயே அழ ஆரம்பித்தாள். வாணி தேற்ற, லக்ஷ்மி சூழ்நிலையின் இறுக்கத்தைப் புரிந்துகொள்ளாது விழித்தாள்.

ஹேமாவும் வாணியும் அடுத்த கொல்லைக்கு விரைந்தார்கள்.

“ஏத்தை... நேத்து ராத்திரி பூரா பப்பி நம்மப் பத்தி என்ன நெனச்சுருக்கும்? இவங்கள நம்பி இவங்க வீட்ல இருந்தோமே; இப்படி போட்டுட்டாங்களேன்’னு நெனக்காது?”

“.....”

“என்னத்தான் அது திட்டும்...” கண்ணீர் பெருகியது ஹேமாவுக்கு, வாணிக்கும் அவளைப் பார்க்க பாவமாக இருந்தது.

அந்த பெரிய கேட்டைத் தொடர்ந்து கொல்லைக்குள் நுழைந்தார்கள். அங்கே இறந்து போயிருந்த பப்பியைச் சில காக்கைகள் கொத்திக் கொண்டிருந்தன.

வாணி ஹேமாவைத் தூக்கிக்கொண்டு வீட்டுக்கு வந்தாள். ஹேமா உடலெல்லாம் காய்ந்தது.

டாக்டர் வந்து ஊசிபோட்ட பிறகு ஹேமா தூங்கினாள்.

மதியம் விழித்துக்கொண்ட, ஹேமா கேட்ட முதல் கேள்வி...

“அம்மா... பப்பிய என்ன பண்ணின... குழம்பு வச்சிட்டியா?”

“சேச்சே... இல்லம்மா, நீ கொஞ்சம் கஞ்சி சாப்பிடு”

“இப்ப பப்பி எங்கம்மா?”

“அங்கதான் கெடக்கும்...”

“அந்தக் காக்கைல்லாம் அப்படியே தின்னுருக்குமா பப்பிய?”

ஹேமா அழ ஆரம்பித்தாள்.

லக்ஷ்மி தேற்ற முயன்றாள்.

“அம்மா... எனக்கு காய்ச்சல் சரியாகலைன்னா என்னையும் கொல்லைல தூக்கிப் போட்டுருவியா?”

ஹேமாவின் கேள்வியால் அதிர்ந்து போனாள் லக்ஷ்மி. அவளது விழிகளும் கலங்கலாயிற்று. வாணி ஹேமாவைக் கட்டிக்கொண்டாள்.

"சாப்பிடும்மா..." என கெஞ்சினாள். ஹேமா தலையாட்டி மறுத்தாள்.

அங்கு வந்த சண்முகம், "ஹேமா நல்ல பொண்ணுல்ல... சாப்பிடுப்பா" என கஞ்சியைக் குடிக்க வைக்க முயன்றார்.

ஹேமா சமாதானமாகவில்லை.

"ஹேமா... நீ கவலைப்படாத... உனக்கு வேறு கோழி வாங்கித் தரேன். அது பப்பி மாதிரி நெறய குஞ்சு பொறிக்கும். சரியா?" என்றார் சண்முகம்.

ஹேமா கண்களில் நீர் பொங்க, "ப்ளீஸ்... வேணாம்பா" என்றாள்.

●

14

கணவனுக்கு வந்த காதல் கடிதம்

தீபாவளி.

போன வருட தீபாவளி ஞாபகம் வந்தது.

அப்பா ஜாம் நகரிலிருந்து வரும்போது ஒரு குஜராத்தி உடை வாங்கி வந்திருந்தார். அதை உடுத்தி ரூமிலிருந்து வெளியே வந்ததும் அம்மாவின் கண்கள் எப்படி விரிந்தன ...

அப்படியே அணைத்துக் கொண்டாள்.

“பரவாயில்ல... குண்டம்மா ஆயிட்டியே...” என்று சொல்லிச் சிரித்தார் அப்பா.

“திருஷ்டி போடாதீங்க...”

கோபித்துக் கொண்டாள் அம்மா.

உமா, இடுப்பை இரண்டு முறை அசைத்துக் கோணங்கி காட்டினாள்.

“ஏய்... ஓம் பட்டுப்பாவாடையும் சட்டையும் சூப்பரா இருக்குடா...” என்றேன் அவளிடம் சமாதானமாக.

“வெவ்வெவ்வே... ஒண்ணும் வேணாம்போ...”

உமா ஓட அவள் பின்னே நான் ஓட....

மகிழ்ச்சியான கணங்கள்!

விடிய விடிய மத்தாப்புக் கொளுத்தினோம். உமாவுக்கு மத்தாப்புக் கொளுத்த பயம். ஆனல் மத்தாப்பு தரும் வண்ணக் கோலச் சிதறல்கள்மேல் கொள்ளை ஆசை. உமா குதிக்கும் அழகில் மனதைப் பறிகொடுத்துப் பார்த்துக் கொண்டிருப்பேன்.

அழகென்றால் அதுதான் அழகு.

என்னை நான் காலையிலும், மாலையிலும் கண்ணாடியில் பார்த்துக் கொள்ளும்போது அழகாகத்தான் இருக்கிறது ... ஆனால் என் இளமையின் சாகசத்தில் விளைந்த அழகில் ஒரு கள்ளம், கபடம், திமிர், சலனப்படுத்தும் தூய்மையின்மை ஒளிந்திருப்பதுபோல் எனக்கு முதன்முதலில் தோன்றியது எப்போது? ம்... பூப்புனித நீராட்டு விழாவிற்கு அப்புறம்தான்....

அது முடிந்து ஐந்து வருடங்களாகியும் கண்ணாடியில் பார்க்கும்போதெல்லாம் சந்தோஷத்தின் ஓரத்தில் நெருடல் எட்டிப் பார்த்துக் கொண்டிருக்கிறது.

இன்னும் சொல்லப்போனால் என்னைப் பார்க்கவே எனக்கு பயமாக இருக்கிறது... பையன்கள் ஆவலோடும், வேட்கையோடும் சற்றே பரிதாபமாகவும் என்னைப் பார்த்துவிட்டுக் கடைசியில் கண்களுக்கு வரும்போது கலவரமடைகிறேன்... அந்தப் பார்வைகளுக்கும், என் கலவரத்திற்கும் புதிர் நிறைந்த தொடர்பு இருப்பதாகச் சமயத்தில் எனக்குத் தோன்றுகிறது.

உமாவைப் பார்த்தால் பளிச்சென்று அழகு சிரிக்கிறது. இன்னும் இரண்டு மூன்று வருடங்களில் அவளும் இப்படிக் கலவரமடைவாளோ... நினைக்கவே பாவமாக இருந்தது.

காலேஜில் சகவயது மாணவிகள் யாரும் இப்படியெல்லாம் சிந்திப்பதாகவே தெரியவில்லை. அதிலும் ஊர்மிளாவுக்கு மிகவும் துணிச்சல். ராமச்சந்திரனோடு அவளோட ராவுகள் போயிருக்கிறாள். “ஜாலியா இருந்துச்சு...” என்று வேறு சொல்லிக் கொள்கிறாள். லலிதாவுக்கு தினமும் தன்னை யார்யார், எப்படி எப்படிப் பார்த்தார்கள் என்பதே பெருமைக்குரிய புள்ளி விவரங்கள்... ராஜலட்சுமி சுகுமாருக்கு லவ் லெட்டரே கொடுத்திருக்கிறாள்... விஷயம் பிரின்ஸிபால் வரை போய்... இதற்கு விசாரணைக் கமிஷன் வேறு... கடவுளே!

அவர்களிடமிருந்து வந்ததுதான் இந்த முந்தானையை இழுத்துவிடும் பழக்கம். பள்ளிக்கூடத்தில் படித்த காலத்தில் ஒரு நாள் பக்கத்தில் இருந்த ரேணுகா காதில் முணுமுணுத்தாள்...

“தாவணிய மூடு முண்டம்... அந்த ரெண்டு தடியனுங்களும் கமெண்ட் அடிக்கிறாங்க பாரு...”

கை பதறிப்போய் தாவணியை சரிசெய்தது. மற்ற பெண்களைப் பார்த்தால் அடிக்கடி பல சமயம் அவசியமில்லாமல் தாவணியை சரி செய்து கொண்டிருந்தார்கள். காலேஜுக்கு போனதும்தான் ‘விஷயம்’ புரிந்தது. இது ‘யாரும் பார்க்கக்கூடாது’ என்ற நோக்கத்தில் செய்வதல்ல ...

சங்கர் ஸாருக்கு நான் முந்தானையை இழுத்துவிட்டால் கோபம் நிறைய வரும்.

“ஏன் அத இழுத்துவிட்டு எதிரால இருக்கிறவங்களை இன்ஸல்ட் பண்ற?”

என் சார்பாக அவரது மனைவி அவரிடம் சண்டைக்குப் போவார்.

“அவ எத இழுத்துவிட்டா உங்களுக்கு என்ன? நீங்க ஏன் அதப் பார்க்கணும் ...”

மனைவித்தனம்.

ஸாரும், அவர் மனைவியும் எப்போதும் ஏதாவது வாக்குவாதம் செய்துகொண்டிருப்பார்கள். ஆனால் அவற்றால் பாதிக்கப்படாமலும் இருப்பார்கள். சண்டை போட்ட சிறிது நேரத்தில் “சி...வ...கா...மி...” என குரல் கொடுக்கத் தவறமாட்டார் ஸார். அதுவும் உடனே வந்து “என்... ன...” என இடுப்பில் கை வைத்து முறைக்கும். ஸார் வழிந்ததும், அதுவும் வழியத் துவங்கிவிடும். ஸார் சிலசமயம் ‘சிவகாமி’யில் ‘காமி’யைக் கொஞ்சம் அழுத்துவார். சிவகாமி ‘ம்க்கும்’ என கனைத்து நான் இருப்பதை அவருக்கு உணர்த்திவிட்டு பல்லைக் கடிப்பார்.

இவர்களுக்கு என்னைப் பற்றி என்ன நினைப்பு? ‘ஒன்றுந்தெரியாத பாப்பா?’ என்றா... அப்படித்தான் ஒருகாலத்தில் இருந்தேன். இப்போதோ, அப்படியே இருந்திருக்கக்கூடாதா? என ஏக்கம் வருகிறது. சங்கர் ஸார் பொது நூலகத்தில் லைப்ரரியனாக வேலை பார்க்கிறார். சிவகாமி பக்கத்து ஊர் அரசு துவக்கப்பள்ளியில் ஆசிரியை.

இவர்கள் இரண்டு வருடங்களாக எங்கள் வீட்டுக்குப் பக்கத்து வீட்டில் குடியிருக்கிறார்கள். திருமணமாகி ஏழெட்டு ஆண்டுகளாகியும், ‘குழந்தை இல்லையே’ என்ற கவலை இருவரிடமும் அவ்வப்போது முகமூடி போட்டுக்கொண்டு வெளிப்படும்.

என்னுடன் கேரம்போர்டு விளையாடிக் கொண்டிருக்கும்போது திடீரென ஸார் எங்காவது வெறித்துக் கொண்டிருப்பார். நான் குரல் கொடுக்கத் திடுக்கிட்டு வரவழைக்கப்பட்ட புன்னகையோடு விளையாட்டைத் தொடர்வார். அப்போதெல்லாம் அவர் பார்வையில் தொட்டில் ஆடுவது போல நினைத்துக் கொள்வேன்.

டியூசன் படிப்பது சிவகாமி டீச்சரிடம்தான் என்றாலும் கேரம் போர்டு, கார்ட்ஸ், பத்திரிகைகள், கிரிக்கெட் மாட்ச் மற்றும் அரட்டையெல்லாம் ஸாரிடம்தான். சிலசமயம் டீச்சர் இந்த அரட்டைக்கச்சேரியில் மௌன சாட்சியாக உட்கார்ந்திருப்பார். பல சமயம் சமையற்கட்டைவிட்டு வரவேமாட்டார்.

ஸார் எதைப் பற்றியும் ஒரு கருத்து வைத்திருப்பார். அது அவரது தனித்துவம் எனப்பட்டது. நாஸ்ட்ராடாமஸ் எப்படி அவ்வளவு தீர்க்க தரிசனத்தோடு எழுதிவைத்துப் போனான் என ஆராய்வார். டயானா மரணத்துக்கு ஏன் அவ்வளவு முக்கியத்துவம் எனக் கேட்பார். இந்திய கிரிக்கெட் டீமில் ஒரு விக்கெட் விழுந்ததும் படபடவென விக்கெட்டுகள் சரிவது ஏனென்று மனநிலை அடிப்படையில் விளக்குவார். எர்னஸ்ட் ஹெமிங்வே ஏன் தற்கொலை செய்து கொண்டார் என யோசிப்பார். அரசியல் கூட்டணி மாற்றங்களை வெகுவாக கிண்டல் செய்வார். அவரது அறிவுரைகள்கூட வித்தியாசமாக இருக்கும்.

”கண்ணைப் பார்த்து பேசு” என்பார்.

“குட்மார்னிங், ஹலோ சொல்லும்போது சிரித்துக்கொண்டே சொல்லு” என்பார்.

ஒருமுறை, ஒரு நெருக்கமான படுக்கையறைக் காட்சியை டி.வி.யில் பார்த்ததும் நான் பக்கத்திலிருந்த பத்திரிகையைப் புரட்ட ஆரம்பித்தேன். ஸார் அதை வாங்கி மோட்டாவில் போட்டார்.

“அது என்ன பொய்யான நடிப்பு? ஏன் வேஷம் போடறே... டி.வி.யைப்பாரு... இல்லே எழுந்து போயிடு...”

என் அம்மாவின் அறிவுரைக்கும், சாரின் அறிவுரைக்கும் எந்தவிதமான ஒற்றுமையும் இல்லாமலிருந்தது. ஒரு நாள் ‘முசுமுசு’ என அழுதவண்ணம் கண்கள் சிவந்து வந்த என் தோளைத்தட்டிக்கொடுத்து சோபாவில் பக்கத்தில் உட்காரவைத்துப் பரிவோடு விசாரித்தார் ஸார். என் க்ளாஸ்மேட் ஒருத்தன் கொடுத்த லவ்லெட்டரைக் காட்டினேன்.

“படிச்சுப் பார்க்கலாமா?” அனுமதி கேட்ட அவரை வியப்போடு பார்த்தேன்.

“படிங்க ...” என டீச்சர் அதட்ட, படித்த ஸார் ஒன்றும் சொல்லவில்லை. டீச்சர் கடுப்பாகிவிட்டார்.

“பேசாம பிரின்ஸ்பால்ட்ட கம்ப்ளெய்ன்ட் பண்ணாம ஏன் அழுது வடியற?”

டீச்சரை ஸார் முறைத்து அமைதியாக்கினார். அந்தப் பையனைப் பற்றியும் அவனோடான பழக்கம் பற்றியும் விசாரித்தார் அமைதியாக.

“லீவ் இட் ... இதப் பெரிசு பண்ணாத ... அந்தப் பையன்ட ஒரு ‘ஸாரி’ சொல்லிடு ... ஹர்ட் பண்ண வேண்டாம் ... சரியாயிடும் ... கம்ப்ளெய்ண்ட் பண்ணி வேற பாதிப்புகளுக்கு இடமாயிடக்கூடாது” டீச்சர் தலையிலடித்துக்கொண்டு எழுந்து போய்விட்டார்.

ப்ளஸ்டூவில் ஒரு மாதம் அம்மாவும், நானும் அப்பாவுடன் ஜாம் நகரில் இருந்த காலத்தில்தான் சங்கர் ஸார் எனக்குள் விஸ்வரூபம்

எடுத்தார். எனக்கு என்னையே புரிய ஆரம்பித்ததுபோல குழப்பம்... தெளிவான குழப்பம். கூடவே சிவகாமி டீச்சரின் முகமும் ஞாபகத்திற்கு வந்தாலும். ம்ஹூம்... ரொம்ப மங்கலாக அந்த முகம்... விஸ்வரூபம் மனதை கலங்கச் செய்தது. தூக்கம் வராமல் குழப்பமான சித்திரங்கள் என்னைப் புரட்டி எடுத்தன. உணவு வெறுத்தது.. குஜராத்தின் உணவுகள் சும்மாவே எண்ணெய் ஜீராவும் கடுகு வாசனையும் புளித்த வாடையுமாகத் திணறடித்தன.

அம்மாகூட "என்னம்மா... தலைவலியா?" என்று விசாரித்தாள். ஐயோ... இந்த அம்மாவைப் பார்... 'உனக்கு இந்தத் தலைவலி வந்திருக்காம்மா?' என கேட்கத் தோன்றியது. ஜாம் நகரிலிருந்து திரும்பியதும் சங்கர் ஸாரிடம்தான் ஓடினேன்.

"ஹ... லோ..." என்ற அவரது உற்சாகக்குரல் கேட்டதும்தான் உ... யி... ர்... வந்தது.

என்ன இது?

அவரை பார்க்கப் பார்க்க பரவசமாக இருந்தது. தவறு... தெரிந்தும் 'தவம்' போல செய்துகொண்டிருந்தேன். எனது பார்வையோ... பேச்சோ... பரவசமோ... அவரிடம் பெரிய பாதிப்பை ஏற்படுத்தியதாகத் தெரியவில்லை.

"ஸாரி நல்லாருக்கு ..." "ஸ்டிக்கர் பொட்ட மாத்து ..." "கூந்தலை கொஞ்சம் தளர்த்திக்க ..." என வழக்கம்போல அவர் டிப்ஸ் தந்துகொண்டிருந்தார். அதை வேதம்போல் நினைத்துச் செய்யப்பிடித்தது. தீபாவளி சேலை அவருக்கு பிடிக்காததுபோலிருந்தது. அம்மாவிடம் சண்டைபோட்டு அதை மாற்றி வந்து, ஸார் "நைஸ்" சொன்னதும்தான் மூச்சு சீரானது. அதோடு வந்திருக்கக்கூடாதா? அந்த 'பாழாய்ப்போன' லெட்டரையும் கொடுத்திருக்க வேண்டுமா?

லெட்டரை வாங்கியதும் கேள்விக்குறியாய் அவரது புருவம் உயர உணர்ச்சியே இல்லாத முகம் ஹூம்... பரபரப்பாய் ஓடிவந்துவிட்டேன். காலையில் எழுந்ததும் குளித்து சாமி கும்பிட்டு புது சேலையை உடுத்திக்கொண்டு தெருவெல்லாம் திருவிழாக் கோலம் இறைச்சல் போட அறைக்குள் கையைப் பிசைந்துகொண்டு...

அம்மாகூட, "என்னடி... ஒடம்புக்கேதும் சரியில்லையா... இந்தக் காலத்துப் பொண்ணுங்க வாயத் திறந்து பேசமாட்டேங்குதுகள் ..." எனப் புலம்பியபடி போனாள்.

"ஒண்ணுமில்லம்மா..." எனச் சிரித்து சிரிக்க எவ்வளவு கஷ்டமாயிருக்கு சமாளித்தேன். டேப்ரிக்கார்டரில் உன்னிகிருஷ்ணன் கேஸட்டைப் பொருத்தி, "சொல்லவல்லாயோ கிளியே ..." பாடச் செய்தது மனதை மேலும் வலிக்கச் செய்தது. படபடப்பாய் நிமிர்ந்தால்...

சிவகாமி டீச்சர்!

கைகள் வெடவெடவென நடுங்க ஆரம்பித்தது.

"டீச் ... ச ... ர் ...."

எனது கண்களில் பெருகும் கண்ணீரை என்னால் அடக்க முடியாமல் போனது.

அம்மா சிரித்தாள்...

"ஓ... அப்பா ஞாபகம்? அப்பாவுக்கு வரமுடியாத சூழ்நிலைன்னு ஃபோன் பண்ணினார்ல... அடுத்த வாரம் வந்துடுவார்ல... அப்ப பார்த்துக்கிட்டா போச்சு... நல்ல பொண்ணு ..."

அம்மா உள்ளே போனாள்.

டீச்சர் வெள்ளை வெளேரென்றிருந்த பிளாஸ்டிக் சேரில் அமர்ந்தாள்...

"பாட்டு ஸ்வீட்டா இருக்கு..." என்றாள் டேப் ரிக்கார்டரைப் பார்த்தவாறு.

"ம்..." என்றேன்.

"உட்காரும்மா..."

டீச்சரைப் பார்க்க முடியவில்லை என்னால்... குனிந்த தலை நிமிர மறுத்தது.

"கண்ணைப் பார்த்துப் பேசணும்னு உன் ஸார் சொல்லுவார்ல...ம்? என்னாச்சு... ஏய்... இங்க பாரு..."

மீண்டும் கண்ணீர் பெருகியது.

எழுந்து அருகில் வந்த டீச்சர் பதறிப்போய் என்னை அணைத்துக்கொண்டாள். அவளது தோளில் எனது கண்ணீர்த் துளிகள் சிதறின.

"வந்து... என்னை மன்னிச்சிடுங்க டீச்சர் ..."

"மன்னிப்பா?... எதுக்கு... " என்றாள் ஆச்சரியத்தோடு.

"நா உங்களுக்கு துரோகம் பண்ணப் பார்த்தேன் டீச்சர்..." என முணுமுணுத்து அழுகையில் உடைந்ததும் பளிச்சென்று சிரித்தாள் டீச்சர்.

"துரோகம்... ச்சீ... ஒரு அரை டிக்கெட் இவ்வளவு பெரிய வார்த்தைல்லாம் பேசக்கூடாது

"இந்த லெட்டரத்தான சொல்ற? ..."

டீச்சர் கையிலிருந்த கடிதத்தைப் பார்த்ததும் எனக்கு மயக்கமே வந்துவிட்டது. டீச்சர் முகத்தில் புன்னகை.

சிறிதுநேரம் கழித்து டீச்சர், “ஸார்தான் உன்ட்ட ‘ஸாரி’ சொல்லிட்டு உன் லெட்டர குடுத்திட்டு வரச்சொன்னார். உன் ஆஃபர அக்சப்ட் பண்ண முடியாததுக்கு ரொம்ப ஃபீல் பண்ணினார். டூலேட்டாம் ...” என்று சொல்லிவிட்டு மெல்லியதாய் சிரித்தாள்.

அந்தச் சிரிப்பு டீச்சருக்குள்ளிருந்த நுட்பமான ஆழங்களை எனக்கு அறிமுகப்படுத்தியது.

‘ரீயாக்ட்’ பண்ணத்தெரியாமல் விழித்தேன். மீண்டும் டீச்சர் என்னை ஆதரவாய் அணைத்துக்கொண்டு என் கண்களைத் துடைத்தார்.

“சாயந்தரம் ப்ரீயா இருக்கும்போது வீட்டுக்கு வா... பால்வீதி பாக்கியிருக்குல்லியா முடிச்சிடலாம். ஸாரும் ஸ்டார் ஸ்போர்ட்ஸ்ல ஏதோ ஒரு டோர்னமென்ட் இருக்குனு உன்ட்ட ஞாபகப்படுத்தச் சொன்னார்...”

டீச்சர் மெல்லியதாய் கண்ணடித்துவிட்டு விடை பெற்றுச் சென்றார். எனக்குக்கூட கொஞ்சம் சிரிப்பு வந்தது.

●

15

மரணத்திற்குச் சற்று முந்தைய கணம்

நினைவு வந்தபோது, ஒரு குடிசையின் கயிற்றுக்கட்டிலில் கை கால்கள் கட்டப்பட்டுக் கிடந்தேன். குளிரில் பற்கள் நடுங்கின. குண்டு பல்ப் அரை மின்சாரத்தில் குறைந்த ஒளியினைத் தந்து கொண்டிருந்தது. குடிசையின் ஒரு மூலையில் நெல் சேமித்துவைக்கும் குதிர் இருந்தது. பரணில் கருதறுக்கும் பொருட்கள் ஒழுங்கின்றி குவிந்திருந்தன.

உடனே எனக்குப் புரிந்துவிட்டது. இது அவனுடைய தோட்டத்தினுள் இருக்கும் குடிசைதான். அப்படியென்றால் இது அவனுடைய வேலைதான். ஓ... கதை இப்படிப் போகிறதாக்கும். இதுவும் நல்லதற்குத்தான். அன்று காலையில்தான் அவனுக்கும் இவளுக்கும் அப்படியென்ன அடிக்கடி சந்திப்பென்று இவளைக் கேட்டேன். தடுமாறினாள்; திகைத்தாள்; அழுதாள்; விழுந்து புரண்டாள்; கதறினாள். எங்கள் திருமணத்தின்போது பெற்றோரைப் பிரிவதில் அவள் அழுதது. அடுத்த அழுகை அப்போதுதான்.

பார்க்கமாட்டாமல், வெளியேறினேன். வயல்காட்டுக்குப் போகும் வழியில் முளைக்கூட்டுத் திண்ணையில் தினத்தந்தி படித்துக் கொண்டிருந்தான் அவன். அதையேதான் அவனிடமும் கேட்டேன். குனிந்த தலை நிமிரவில்லை. காறித் துப்பிவிட்டு வயலுக்குப் போனேன்.

நள்ளிரவில் வயல்காட்டில் உறக்கத்திலிருந்த எனக்கு, விழிப்பு வந்தபோது இந்தக் குடிசையில் காணக் கிடைத்தேன். கதவு திறந்தது. அவன்தான். சுருட்டை வெளியே வீசிவிட்டு உள்ளேவந்தான். என் வாயில் ஒரு குற்றாலத் துண்டையே அடைத்து வைத்திருந்ததால் இருமல் தொடர்ந்து வந்தது. கொஞ்ச நேரம்தானே? என் கண்களில் கோபமும் இயலாமையும் கொதிப்பதைப் பார்த்து சிறிது சிரித்தான்.

கொலுசுச் சத்தம் கேட்டது. அவளுடைய கொலுசுகள்தான். தேன் நிலவுக்கு குற்றாலம் போனபோது, நான் தென்காசியில் வாங்கித்தந்தவை. அவனுக்குப் பின்னால் வந்து நின்றாள். அவளுடைய கண்களில் மிரட்சி. பயத்தில் அவனுடைய கையை இறுகப்பற்றினாள். நான் பார்த்ததும் கையை எடுத்துக்கொண்டாள். நடுங்கும் கரங்களும் கால்களுமாகப் பதறினாள். தன் இடுப்பிலிருந்து சற்று நீளமான கத்தியை உறுவிய அவன், அவளிடம் விழிகளால் வினவினான்.

அவள் அதைப் பார்க்க விரும்பவில்லை எனப் புரிந்துகொண்டான். இருந்தாலும் அவளது இருத்தலின் அவசியத்தை வலியுறுத்தினான். அவள் கூரைமேல் பார்த்து கரங்கள் குவித்துப் புலம்பினாள். எல்லாம் எனக்கு வேடிக்கையாக இருந்தது.

என்னை மூன்று முறை வயிற்றிலும் இரண்டு முறை நெஞ்சிலும் கத்தியால் குத்தினான். எனது கால்களை அவள் நடுங்கும் கரங்களால் இறுகப் பற்றிக்கொண்டாள். கூடலின் போதும் இப்படித்தான் அவள் என்னை இறுகப் பற்றிக்கொள்வாள். அவளது விழி நீரில் என்கால் விரல்கள் நனைந்தன. எனக்கு ஆனந்தமாக இருந்தது.

என்னால் துடிக்கக்கூட இயலாமல்போன கணத்தில், ஒருவிதமான நிம்மதி உணர்வில் அவளை அருகில் இழுத்து அவள் கதறக் கதற முத்தினான். செத்துப்போனேன் அப்போதுதான்.

●●●

ஆசிரியரின் பிற நூல்கள்

என்னுள் யார் யாரோ	(அன்னம் பதிப்பகம்)
நிழலின் நிஜங்கள்	(சென்னை புக்ஸ்)
மனிதர்கள் கூடுகிறார்கள்	(லதா புக்ஸ்)
வர்ணம் இழந்தாலும் வானவில்	(குமரி பதிப்பகம்)
இரவல் வானம்	(குமரி பதிப்பகம்)
கடவுளைக் கொன்றார்கள்	(குமரி பதிப்பகம்)
உலக இலக்கிய வாசகசாலை	(குமரி பதிப்பகம்)
மீன்களுக்கு நீர் வலை	(குமரி பதிப்பகம்)
மூன்று நாவல்கள்	(உயிர் எழுத்து பதிப்பகம்)
தற்கொலைக்கு முன் கொஞ்சம் பியரும் சிப்சும்	(வம்சி பதிப்பகம்)
உலக திரைப்படம்	(கண்ணதாசன் பதிப்பகம்)
உலக இலக்கியம்	(கண்ணதாசன் பதிப்பகம்)